Impressum
Verlag: BABADADA GmbH, Nedderfeld 112 , 22529 Hamburg
Geschäftsführer / Verlagsleitung: Harald Hof
Druck: Books on Demand GmbH, In de Tarpen 42, 22848 Norderstedt

Imprint
Publisher: BABADADA GmbH, Nedderfeld 112 , 22529 Hamburg, Germany
Managing Director / Publishing direction: Harald Hof
Print: Books on Demand GmbH, In de Tarpen 42, 22848 Norderstedt

Schule
shule

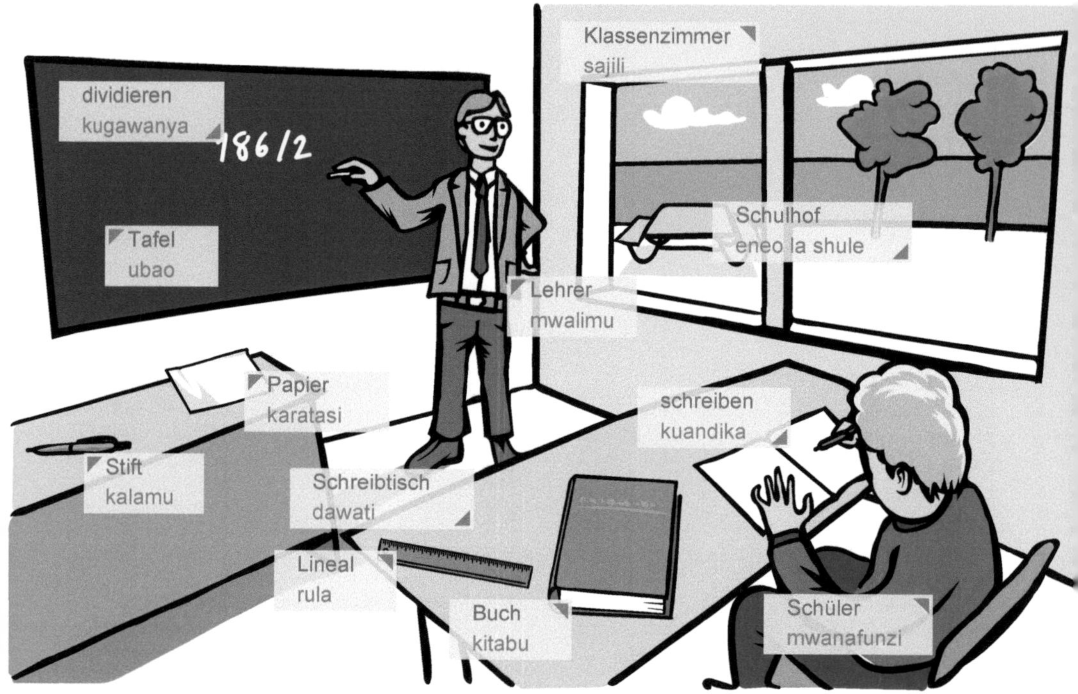

Klassenzimmer
sajili
dividieren
kugawanya
186/2
Tafel
ubao
Schulhof
eneo la shule
Lehrer
mwalimu
Papier
karatasi
schreiben
kuandika
Stift
kalamu
Schreibtisch
dawati
Lineal
rula
Buch
kitabu
Schüler
mwanafunzi

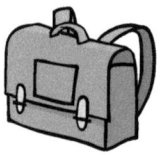

Ranzen

mkoba

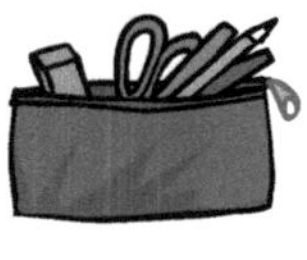

Federmappe

kikasha cha penseli

Bleistift

penseli

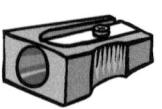

Bleistiftanspitzer

kichonga penseli

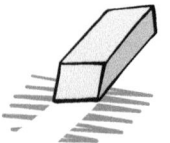

Radiergummi

mpira

Zeichenblock

pedi ya kuchora

Zeichnung

uchoraji

Pinsel

brashi ya rangi

Malkasten

sanduku la rangi

Schere

mkasi

Klebstoff

gundi

Übungsheft

daftari

Hausaufgabe

kazi ya nyumbani

Zahl

nambari

addieren

jumlisha

subtrahieren

ondoa

multiplizieren

zidisha

rechnen

kokotoa

Buchstabe

barua

Alphabet

alfabeti

Wort

neno

Text

maandishi

lesen

kusoma

Kreide

chaki

Stunde

somo

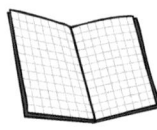

Klassenbuch

sajili

Prüfung

uchunguzi

Zeugnis

cheti

Schuluniform

sare za shule

Ausbildung

elimu

Lexikon

elezo

Universität

chuo kikuu

Mikroskop

darubini

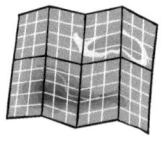

Karte

ramani

Papierkorb

kikapu cha kuweka karatasi
chafu

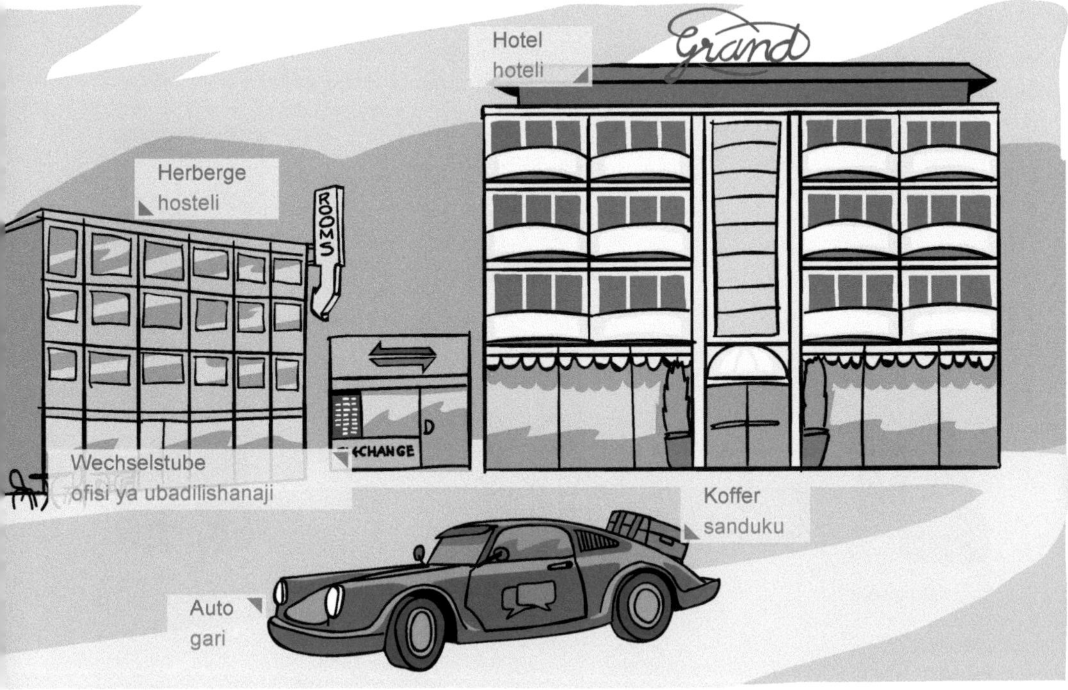
Hotel
hoteli
Grand
Herberge
hosteli
ROOMS
EXCHANGE
Wechselstube
ofisi ya ubadilishanaji
Koffer
sanduku
Auto
gari

Sprache
lugha

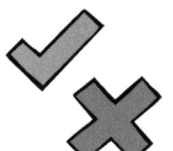

ja / nein
ndiyo / la

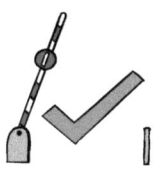

Okay
sawa

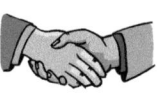

Hallo
hujambo

Übersetzer
mtafsiri

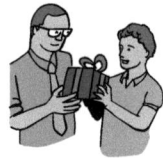

Danke
Asante

Was kostet…?

kiasi gani ni …?

Ich verstehe nicht

Sielewi

Problem

tatizo

Guten Abend!

Jioni njema!

Guten Morgen!

Habari za asubuhi!

Gute Nacht!

Usiku mwema!

Auf Wiedersehen

kwa heri

Richtung

mwelekeo

Gepäck

mizigo

Tasche

mfuko

Rucksack

shanta

Gast

mgeni

Zimmer

chumba

Schlafsack

begi la kulalia

Zelt

hema

Touristeninformation

taarifa ya utalii

Strand

ufuo

Kreditkarte

kadi

Frühstück

kifunguakinywa

Mittagessen

chakula cha mchana

Abendessen

chakula cha jioni

Fahrkarte

tiketi

Fahrstuhl

kuinua

Briefmarke

muhuri

Grenze

mpaka

Zoll

mila

Botschaft

ubalozi

Visum

visa

Pass

pasipoti

Transport
usafiri

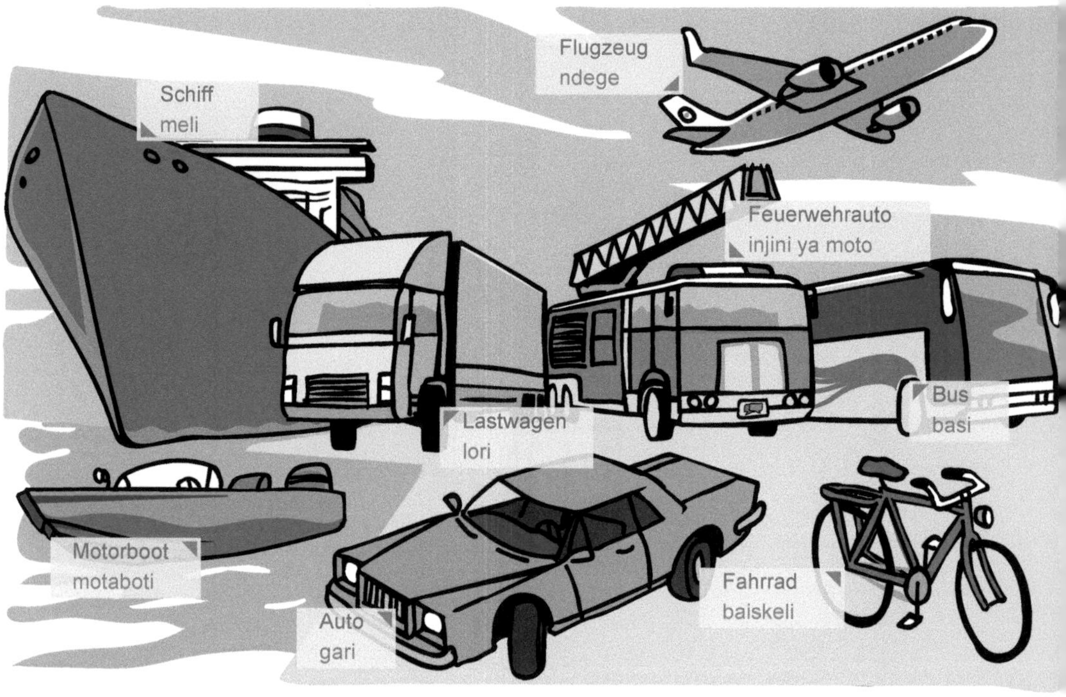
Flugzeug
ndege
Schiff
meli
Feuerwehrauto
injini ya moto
Bus
basi
Lastwagen
lori
Motorboot
motaboti
Fahrrad
baiskeli
Auto
gari

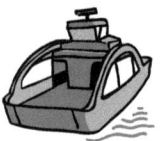

Fähre

feri

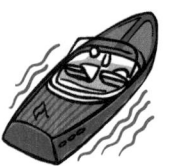

Boot

mashua

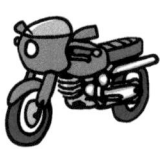

Motorrad

pikipiki

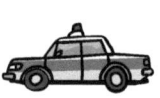

Polizeiauto

gari la polisi

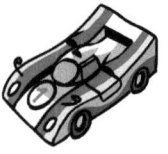

Rennauto

gari la mashindano

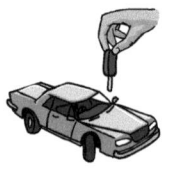

Mietwagen

gari la kukodisha

Carsharing

kushiriki gari

Abschleppwagen

lori la kuvuta

Müllauto

ukusanyaji taka

Motor

motor

Kraftstoff

mafuta

Tankstelle

kituo cha mafuta

Verkehrsschild

ishara trafiki

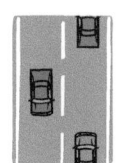

Verkehr

trafiki

Stau

msongamano

Parkplatz

maegesho

Bahnhof

kituo cha treni

Schienen

reli

Zug

garimoshi

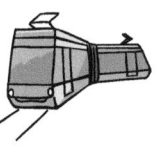

Straßenbahn

tremu

Wagon

gari la mizigo

Helikopter

helikopta

Flughafen

uwanja wa ndege

Tower

mnara

Passagier

abiria

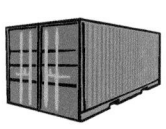

Container

chombo

Karton

katoni

Karren

mkokoteni

Korb

kikapu

starten / landen

ondoka

Stadt
jiji

Dorf

kijiji

Stadtzentrum

katikati ya jiji

Haus

nyumba

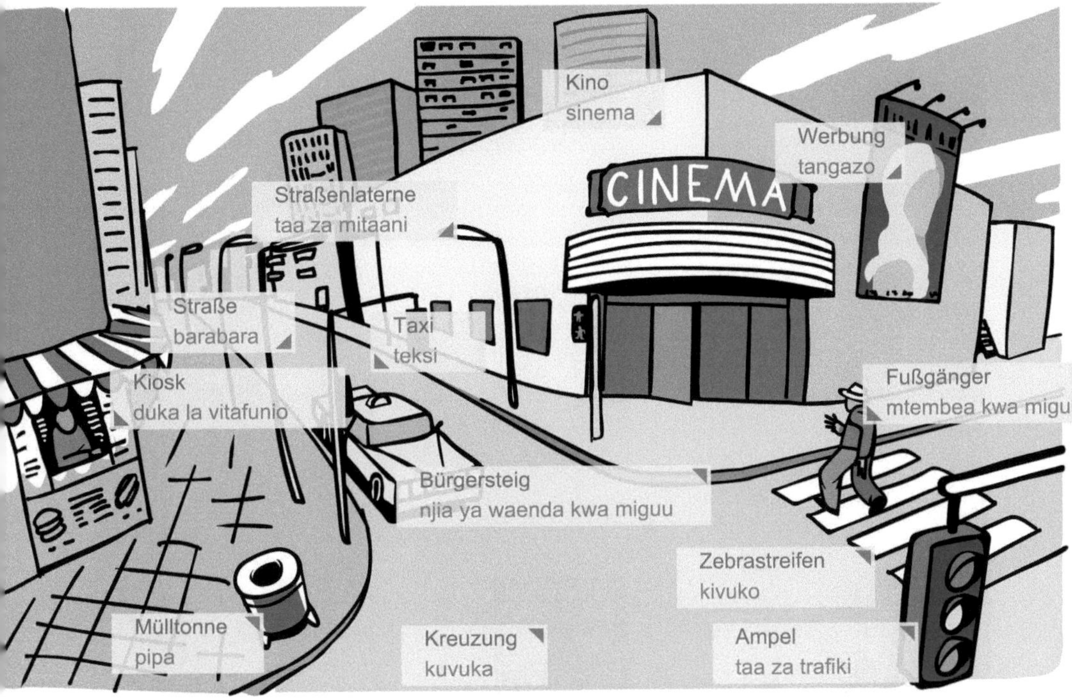

Kino
sinema

Werbung
tangazo

Straßenlaterne
taa za mitaani

CINEMA

Straße
barabara

Taxi
teksi

Kiosk
duka la vitafunio

Fußgänger
mtembea kwa miguu

Bürgersteig
njia ya waenda kwa miguu

Zebrastreifen
kivuko

Mülltonne
pipa

Kreuzung
kuvuka

Ampel
taa za trafiki

Hütte
....
kibanda

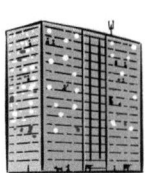

Wohnung
....
gorofa

Bahnhof
....
kituo cha treni

Rathaus
....
ukumbi wa mji

Museum
....
Makavazi

Schule
....
shule

Universität

chuo kikuu

Bank

benki

Krankenhaus

hospitali

Hotel

hoteli

Apotheke

duka la dawa

Büro

ofisi

Buchhandlung

duka la kitabu

Geschäft

duka

Blumenladen

duka la maua

Supermarkt

dukakuu

Markt

soko

Kaufhaus

idara ya kuhifadhi

Fischhändler

mwuza samaki

Einkaufszentrum

kituo cha ununuzi

Hafen

bandari

Park
Hifadhi

Bank
benki

Brücke
daraja

Treppe
vidato

U-Bahn
chini ya ardhi

Tunnel
handaki

Bushaltestelle
kituo cha mabasi

Bar
bar

Restaurant
mgahawa

Briefkasten
sanduku la posta

Straßenschild
ishara ya barabara

Parkuhr
mita ya maegesho

Zoo
bustani ya wanyama

Badeanstalt
kidimbwi cha kuogelea

Moschee
msikiti

Bauernhof
shamba

Umweltverschmutzung
uchafuzi

Friedhof
makaburini

Kirche
kanisa

Spielplatz
uwanja wa michezo

Tempel
hekalu

Landschaft

mazingira

Blatt
jani

Wegweiser
ishara ya mwelekeo

Weg
njia

Wiese
malisho

Stein
jiwe

Wanderer
mtembeaji wa masafa

Baum
mti

Fluss
mto

Gras
nyasi

Blume
ua

Tal

bonde

Berg

kilima

See

ziwa

Wald

msitu

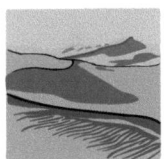

Wüste

jangwa

Vulkan

volkano

Schloss

ngome

Regenbogen

upinde wa mvua

Pilz

uyoga

Palme

mtende

Moskito

mbu

Fliege

kuruka

Ameise

chungu

Biene

nyuki

Spinne

buibui

Käfer

mende

Frosch

chura

Eichhörnchen

kuchakuro

Igel

nungunungu

Hase

sungura

Eule

bundi

Vogel

ndege

Schwan

swan

Wildschwein

nguruwe mwitu

Hirsch

kulungu

Elch

aina ya kongoni

Staudamm

bwawa

Windrad

tabo ya upepo

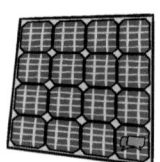

Solarmodul

nishaji ya jua

Klima

hali ya hewa

Restaurant
mgahawa

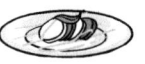

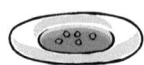

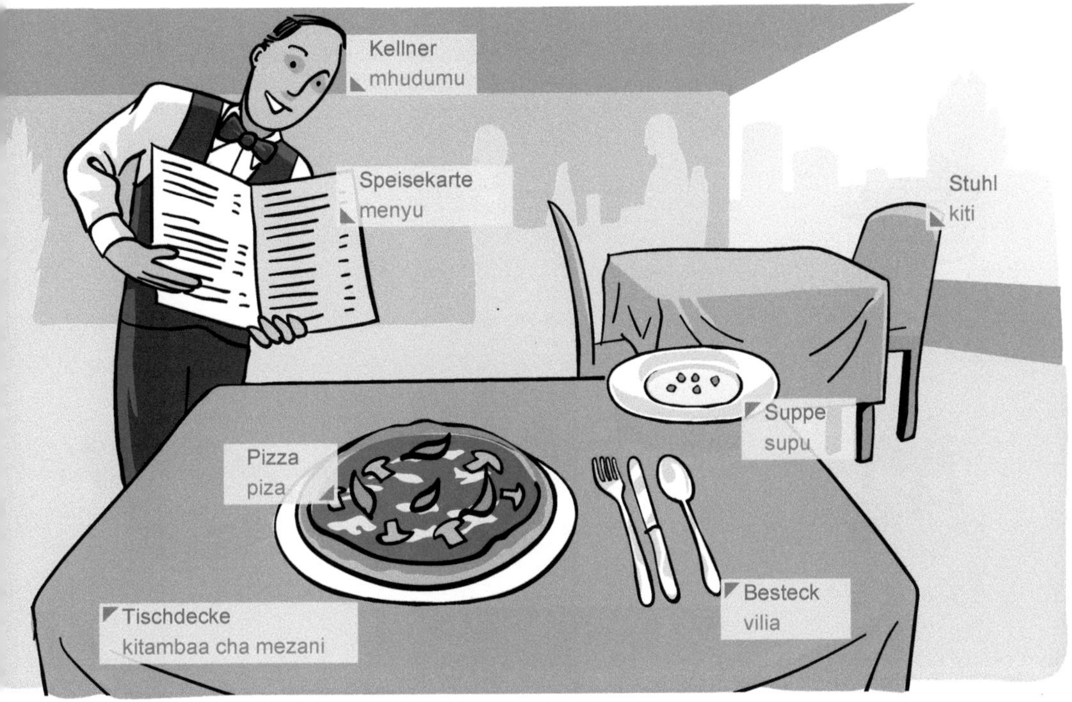
Kellner
mhudumu
Speisekarte
menyu
Stuhl
kiti
Suppe
supu
Pizza
piza
Besteck
vilia
Tischdecke
kitambaa cha mezani

Vorspeise

kiamsha hamu

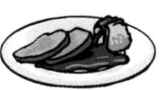

Hauptgericht

kozi kuu

Nachspeise

kitindamlo

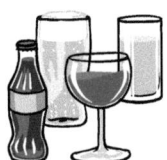

Getränke

vinywaji

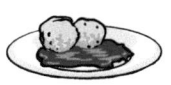

Essen

chakula

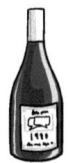

Flasche

chupa

Fastfood

chakula cha haraka

Streetfood

Streetfood

Teekanne

buli

Zuckerdose

kisanduku cha sukari

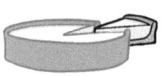

Portion

sehemu

Espressomaschine

mashine ya espresso

Hochstuhl

kiti kirefu

Rechnung

muswada

Tablett

trei

Messer

kisu

Gabel

uma

Löffel

kijiko

Teelöffel

kijiko cha chai

Serviette

nepi

Glas

glasi

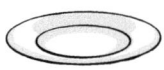

Teller

sahani

Suppenteller

sahani ya supu

Untertasse

sufuria

Sauce

mchuzi

Salzstreuer

kichanyaji chumvi

Pfeffermühle

kinu cha pilipili

Essig

siki

Öl

mafuta

Gewürze

viungo

Ketchup

kechapu

Senf

haradali

Mayonnaise

kachumbari nzito

Supermarkt
dukakuu

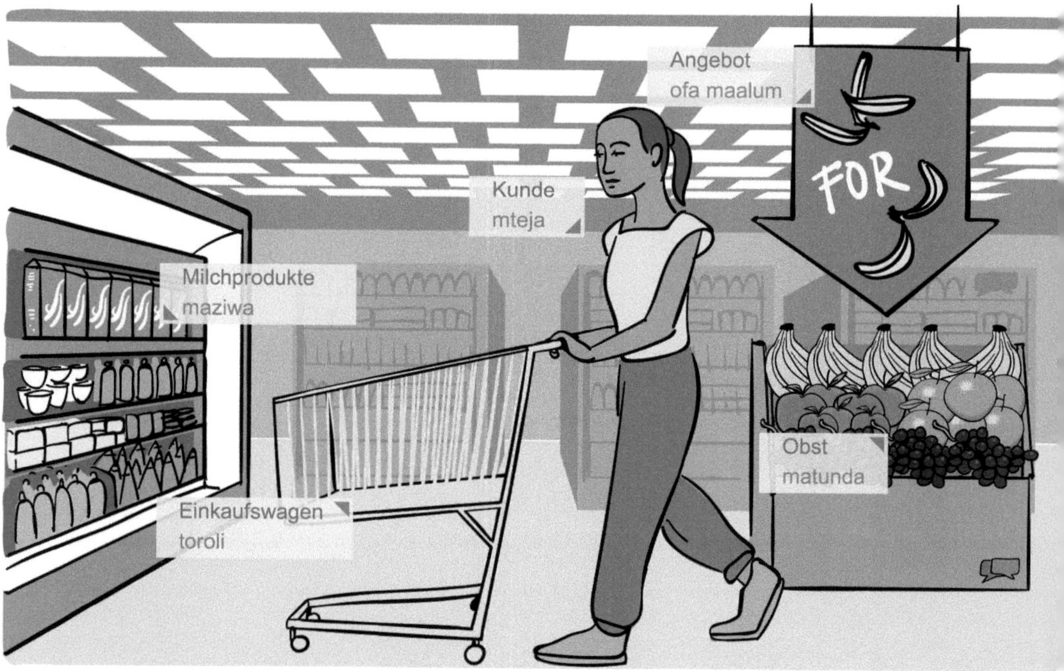

Angebot
ofa maalum
FOR
Kunde
mteja
Milchprodukte
maziwa
Obst
matunda
Einkaufswagen
toroli

BUTCHERS

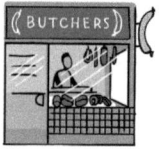

Schlachterei

mchinjaji

BAKERY

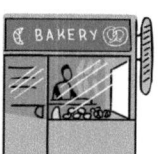

Bäckerei

mwokaji

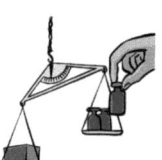

wiegen

uzito

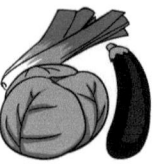

Gemüse

mboga

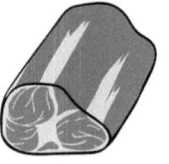

Fleisch

nyama

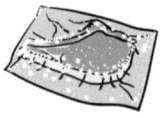

Tiefkühlkost

chakula waliohifadhiwa

Aufschnitt

vipande vya nyama baridi

Konserven

chakula cha kopo

Waschmittel

sabuni ya unga

Süßigkeiten

pipi

Haushaltsartikel

bidhaa za kaya

Reinigungsmittel

bidhaa za kusafisha

Verkäuferin

mtu mauzo

Kasse

mpaka

Kassierer

keshia

Einkaufsliste

orodha ya manunuzi

Öffnungszeiten

masaa ya ufunguzi

Brieftasche

mkoba

Kreditkarte

kadi

Tasche

mfuko

Plastiktüte

mfuko wa plastiki

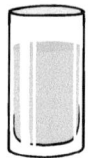

Wasser

maji

Saft

sharubati

Milch

maziwa

Cola

coke

Wein

mvinyo

Bier

bia

Alkohol

pombe

Kakao

kakao

Tee

chai

Kaffee

kahawa

Espresso

spreso

Cappuccino

kapuchino

Banane

ndizi

Apfel

tufaha

Orange

machungwa

Melone

tikiti

Zitrone

lemon

Karotte

karoti

Knoblauch

kitunguu saumu

Bambus

mianzi

Zwiebel

kitunguu

Pilz

uyoga

Nüsse

karanga

Nudeln

nudo

Spaghetti

spageti

Reis

mpunga

Salat

saladi

Pommes frites

vibanzi

Bratkartoffeln

viazi vya kukaanga

Pizza

piza

Hamburger

hambaga

Sandwich

sandwichi

Schnitzel

kipande

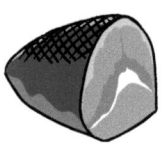

Schinken

paja la mnyama

Salami

salami

Wurst

soseji

Huhn

kuku

Braten

choma

Fisch

samaki

Haferflocken

oats ya uji

Müsli

muesli

Cornflakes

cornflakes

Mehl

unga

Croissant

kroisanti

Brötchen

andazi

Brot

mkate

Toast

mkate wa kubanika

Kekse

biskuti

Butter

siagi

Quark

maziwa mgando

Kuchen

keki

Ei

yai

Spiegelei

yai kukaanga

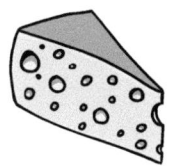

Käse

jibini

Eiscreme

aiskrimu

Zucker

sukari

Honig

asali

Marmelade

jemu

Nougat-Creme

kuenea kwa chokoleti

Curry

mchuzi wa viungo

Bauernhof
shamba

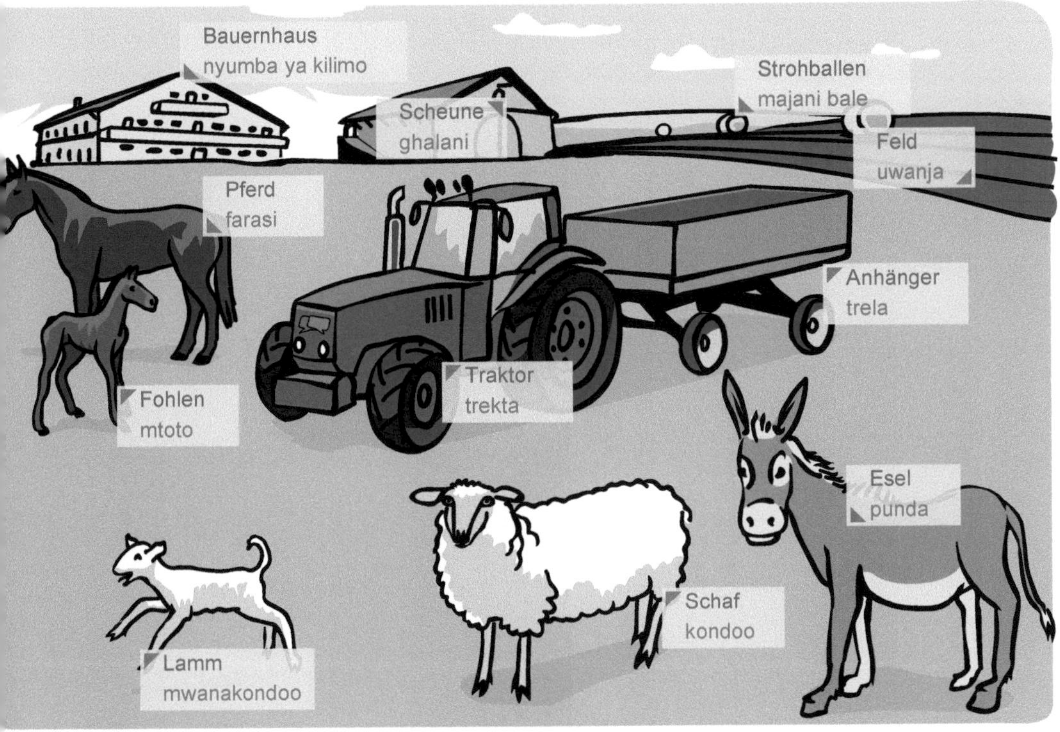
Bauernhaus
nyumba ya kilimo
Scheune
ghalani
Strohballen
majani bale
Feld
uwanja
Pferd
farasi
Anhänger
trela
Traktor
trekta
Fohlen
mtoto
Esel
punda
Schaf
kondoo
Lamm
mwanakondoo

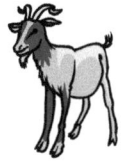

Ziege

mbuzi

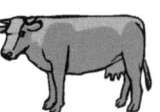

Kuh

ng'ombe

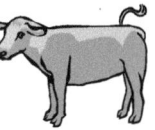

Kalb

ndama

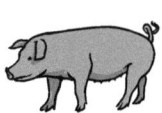

Schwein

nguruwe

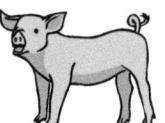

Ferkel

mwananguruwe

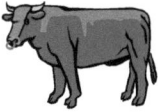

Bulle

fahali

Gans

batabukini

Ente

bata

Küken

kifaranga

Huhn

kuku

Hahn

jogoo

Ratte

panya

Katze

paka

Maus

panya

Ochse

ng'ombe

Hund

mbwa

Hundehütte

nyumba ya mbwa

Gartenschlauch

bomba la bustani

Gießkanne

debe la kumwagilia maji

Sense

fyekeo

Pflug

kulima

Sichel

mundu

Hacke

jembe

Mistgabel

uma wa nyasi

Axt

shoka

Schubkarre

toroli

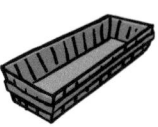

Trog

kupitia nyimbo

Milchkanne

chombo cha maziwa

Sack

gunia

Zaun

ua

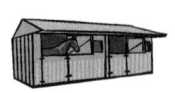

Stall

imara

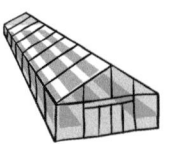

Treibhaus

chafu

Boden

udongo

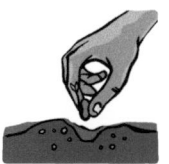

Saat

mbegu

Dünger

mbolea

Mähdrescher

kivunaji

ernten

mavuno

Ernte

mavuno

Yamswurzel

viazi vikuu

Weizen

ngano

Soja

soya

Kartoffel

viazi

Mais

mahindi

Raps

rapa

Obstbaum

mti wa matunda

Maniok

muhogo

Getreide

nafaka

Haus
nyumba

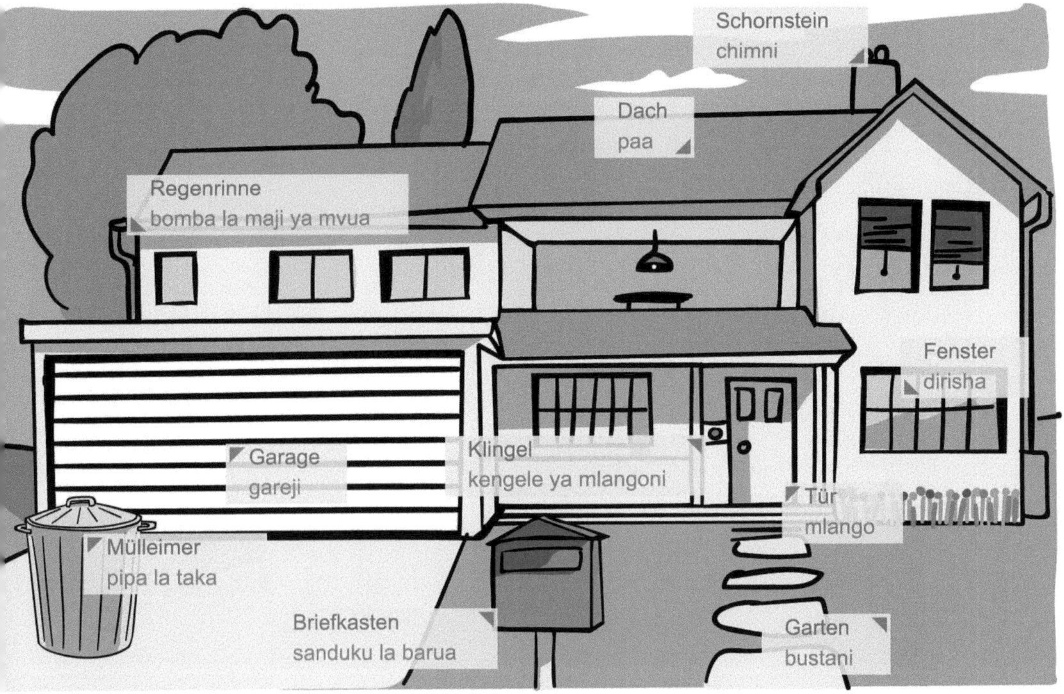
Schornstein
chimni
Dach
paa
Regenrinne
bomba la maji ya mvua
Fenster
dirisha
Garage
gareji
Klingel
kengele ya mlangoni
Tür
mlango
Mülleimer
pipa la taka
Briefkasten
sanduku la barua
Garten
bustani

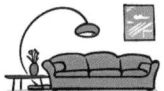

Wohnzimmer

sebuleni

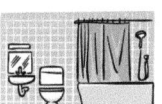

Badezimmer

bafu

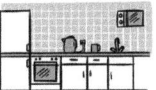

Küche

jikoni

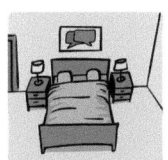

Schlafzimmer

chumba cha kulala

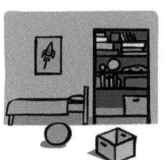

Kinderzimmer

chumba ya mtoto

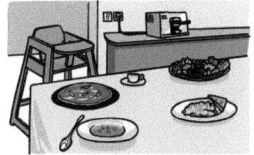

Esszimmer

chumba cha kulia

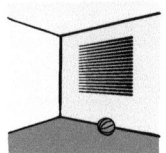

Boden
sakafu

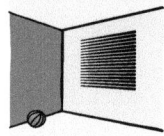

Wand
ukuta

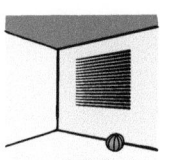

Decke
dari

Keller
pishi

Sauna
sauna

Balkon
roshani

Terrasse
mtaro

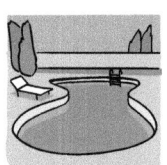

Schwimmbad
kidimbwi

Rasenmäher
mashine ya kukata nyasi

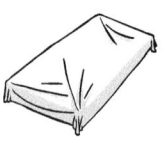

Bettbezug
karatasi

Bettdecke
kitambaa cha kupamba
kitanda

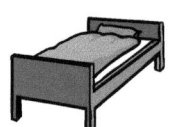

Bett
kitanda

Besen
ufagio

Eimer
ndoo

Schalter
kubadili

Wohnzimmer
sebuleni

Tapete
mandhari
Bild
picha
Lampe
taa
Regal
rafu
Schrank
kabati
Fernseher
televisheni/runinga
Kamin
mekoni
Blume
ua
Kissen
mto
Sofa
sofa
Vase
chombo cha maua
Fernbedienung
kitenzambali

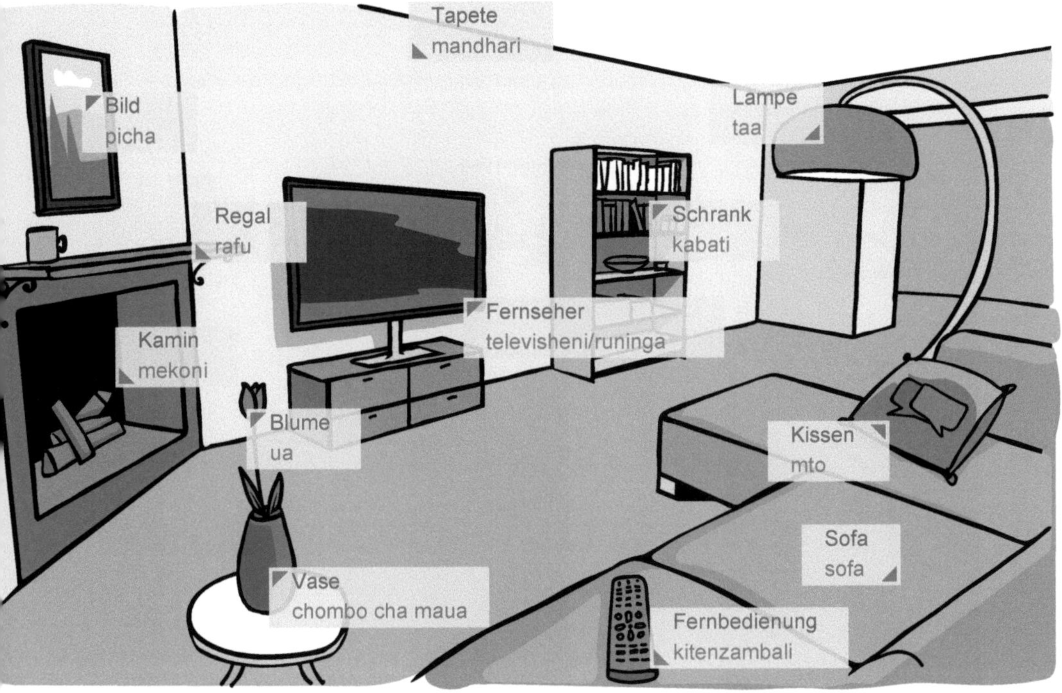

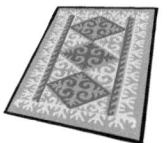

Teppich

zulia

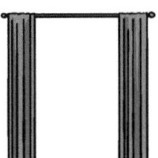

Vorhang

pazia

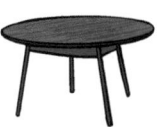

Tisch

meza

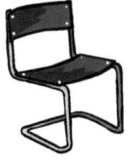

Stuhl

kiti

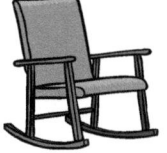

Schaukelstuhl

kiti cha bembea

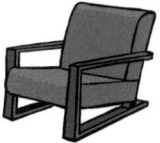

Sessel

armchair

Buch

kitabu

Decke

blanketi

Dekoration

mapambo

Feuerholz

kuni

Film

filamu

Stereoanlage

kifaa cha hi-fi

Schlüssel

ufunguo

Zeitung

gazeti

Gemälde

uchoraji

Poster

bango

Radio

redio

Notizblock

daftari

Staubsauger

kifyonza

Kaktus

dungusi kakati

Kerze

mshumaa

Küche
jikoni

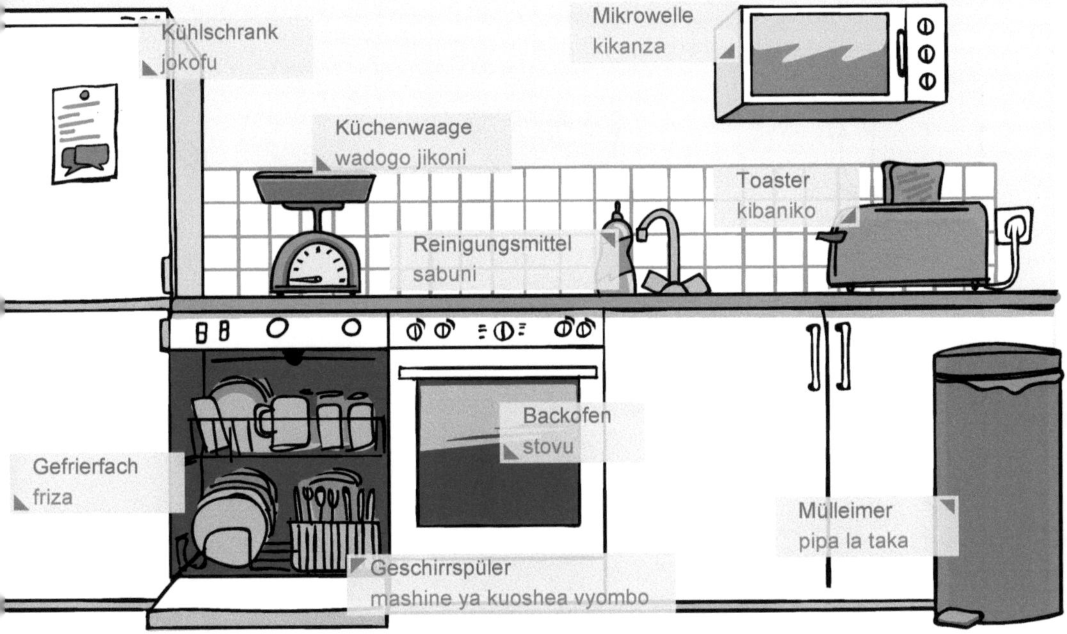

Kühlschrank
jokofu
Mikrowelle
kikanza
Küchenwaage
wadogo jikoni
Toaster
kibaniko
Reinigungsmittel
sabuni
Backofen
stovu
Gefrierfach
friza
Mülleimer
pipa la taka
Geschirrspüler
mashine ya kuoshea vyombo

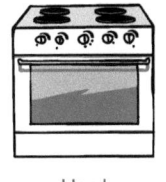

Herd

jiko la kupika

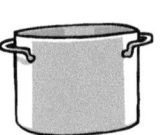

Topf

chungu

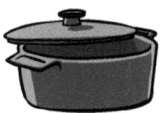

Eisentopf

sufuria ya chuma

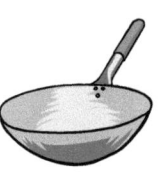

Wok / Kadai

wok / kadai

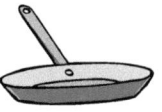

Pfanne

kaango

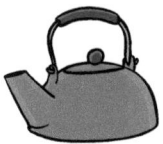

Wasserkocher

birika

Dampfgarer

stima

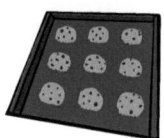

Backblech

sinia ya kuoka

Geschirr

vyombo vya udongo

Becher

kombe

Schale

bakuli

Essstäbchen

vijiti vya kulia

Suppenkelle

ukawa

Pfannenwender

mwiko mpana

Schneebesen

burashi

Kochsieb

kichujio

Sieb

chujio

Reibe

mbuzi

Mörser

chokaa

Grill

barbeque

Feuerstelle

moto wazi

Schneidebrett

ubao wa majaribio

Nudelholz

kijiti cha kusukuma unga

Korkenzieher

kizibuo

Dose

kopo

Dosenöffner

inaweza kopo

Topflappen

kishikio cha chungu

Waschbecken

karo

Bürste

brashi

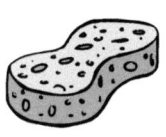

Schwamm

sifongo

Mixer

kisagaji matunda

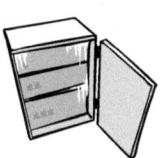

Gefriertruhe

friji ya kina

Babyflasche

chupa ya mtoto

Wasserhahn

bomba

Badezimmer
bafu

Heizung
joto
Dusche
mfereji wa kuogea
Handtuch
taulo
Duschvorhang
pazia la kuogea
Schaumbad
maji ya kuoga yenye povu
Badewanne
hodhi
Glas
glasi
Waschmaschine
mashine ya kuosha
Wasserhahn
bomba
Fliesen
vigae
Töpfchen
poti
Waschbecken
karo

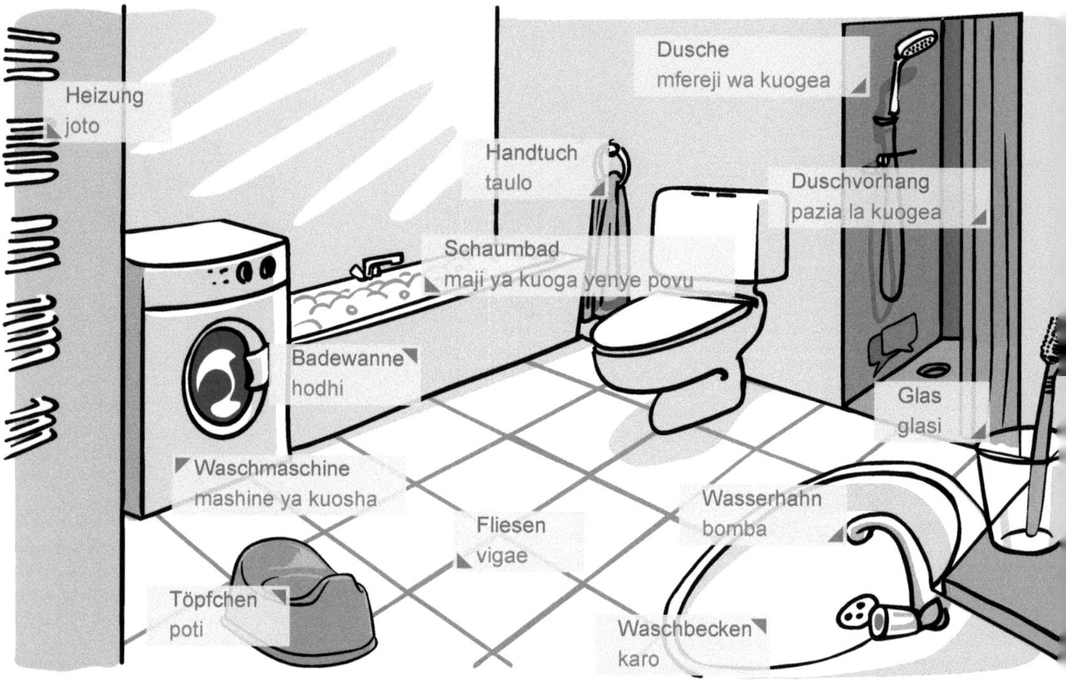

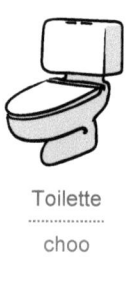

Toilette
choo

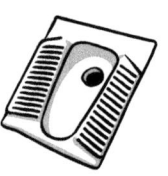

Hocktoilette
choo cha squat

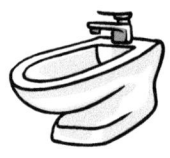

Bidet
beseni la mviringo

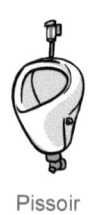

Pissoir
choo cha umma

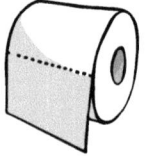

Toilettenpapier
shashi

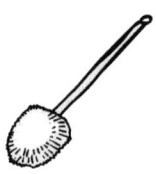

Toilettenbürste
brashi ya choo

Zahnbürste

mswaki

Zahnpasta

dawa ya meno

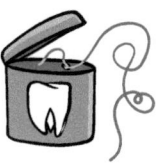

Zahnseide

dawa ya meno

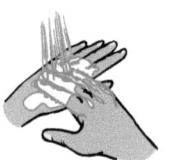

waschen

safisha

Handbrause

kuoga mkono

Intimdusche

msukumo wa maji

Waschschüssel

bonde

Rückenbürste

mpako wa pili

Seife

sabuni

Duschgel

jeli ya kuogea

Shampoo

shampuu

Waschlappen

flana

Abfluss

toa maji

Creme

krimu

Deodorant

kiondoa harufu

Spiegel

kioo

Kosmetikspiegel

kioo mkono

Rasierer

kinyozi

Rasierschaum

povu la kunyoa

Rasierwasser

baada ya kunyoa

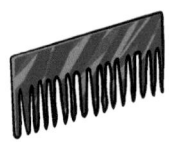

Kamm

kichana

Bürste

brashi

Föhn

kikausha nywele

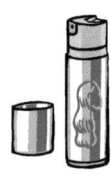

Haarspray

marashi ya nyewele

Makeup

vipodozi

Lippenstift

kidomwa

Nagellack

varnish ya msumari

Watte

pamba

Nagelschere

mkasi wa kucha

Parfum

manukato

Kulturbeutel

mkoba wa kuosha

Hocker

kinyesi

Waage

mizani

Bademantel

nguo ya kuoga

Gummihandschuhe

glavu za mpira

Tampon

kisodo

Damenbinde

sodo

Chemietoilette

kemikali choo

Kinderzimmer
chumba ya mtoto

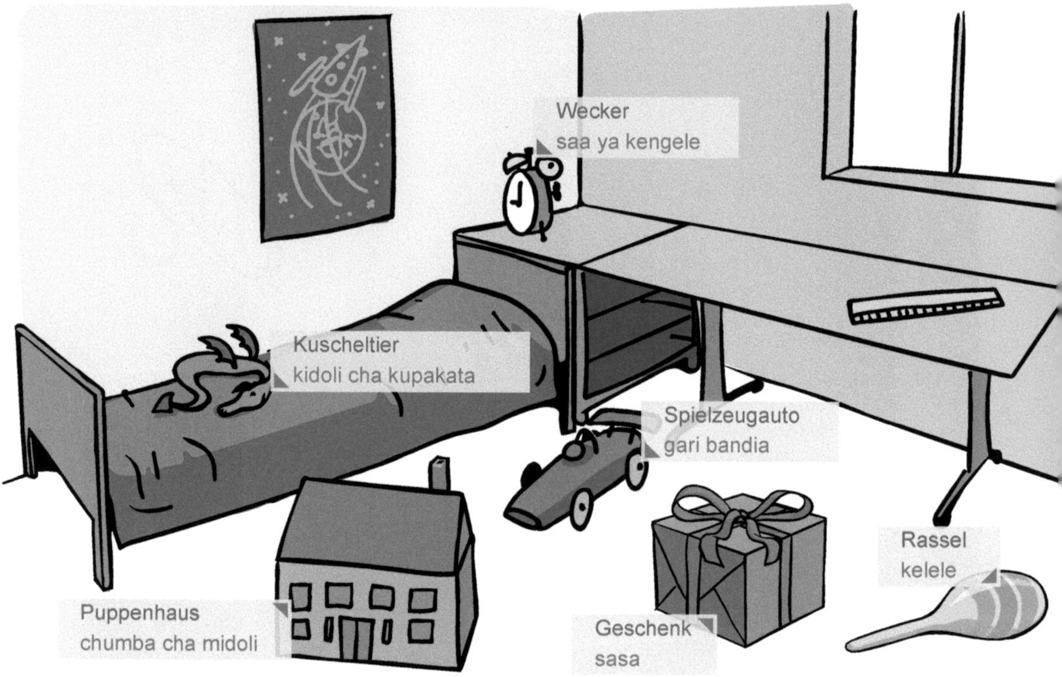

Wecker
saa ya kengele
Kuscheltier
kidoli cha kupakata
Spielzeugauto
gari bandia
Rassel
kelele
Puppenhaus
chumba cha midoli
Geschenk
sasa

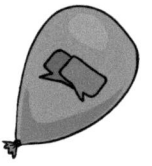

Ballon
baluni

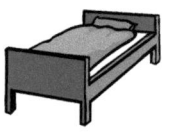

Bett
kitanda

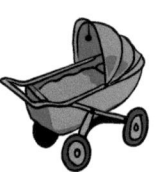

Kinderwagen
mashua

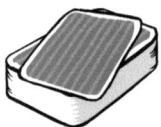

Kartenspiel
staha ya kadi

Puzzle
mchezo-fumb

SUPER MEGA

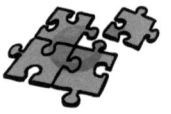

Comic
vichekesho

Legosteine

matofali lego

Bausteine

vitalu mwigo

Action Figur

hatua takwimu

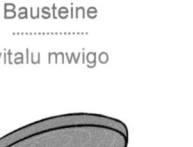

Strampelanzug

suti ya kulalia

Frisbee

kisahani

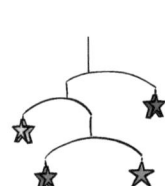

Mobile

simu

Brettspiel

ubao wa michezo

Würfel

kete

Modelleisenbahn

garimoshi mwigo

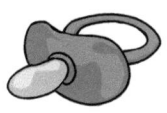

Schnuller

dummy

Party

chama

Bilderbuch

picha kitabu

Ball

mpira

Puppe

kikaragosi

spielen

kucheza

Sandkasten

shimo la mchanga

Schaukel

bembea

Spielzeug

vitu bandia

Spielkonsole

kiweko cha video ya mchezo

Dreirad

baiskeli ya magurudumu

matatu

Teddy

mwanasesere

Kleiderschrank

kabati

Kleidung

nguo

Socken

soksi

Strümpfe

stokingi

Strumpfhose

kibano

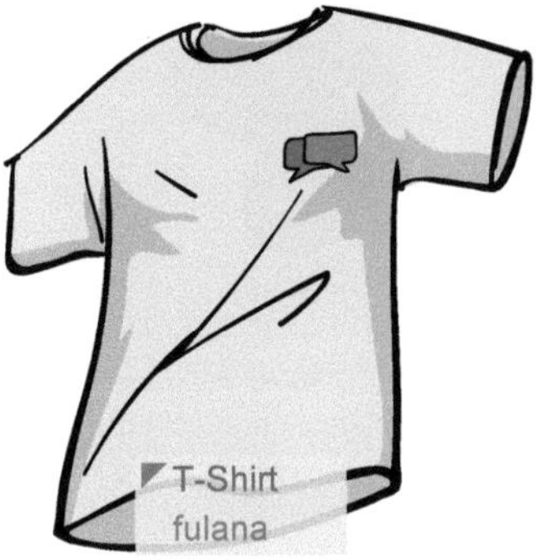

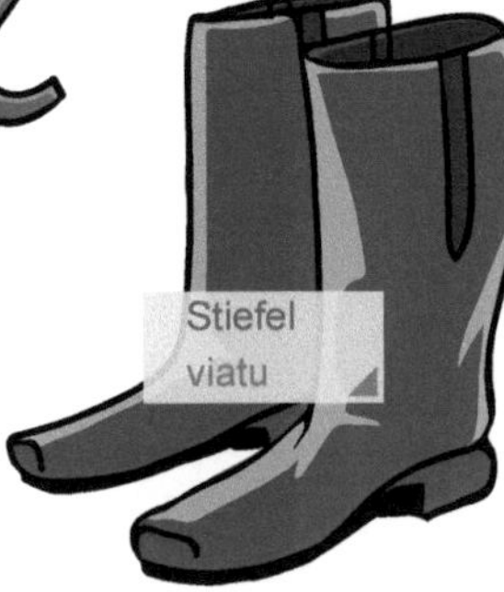

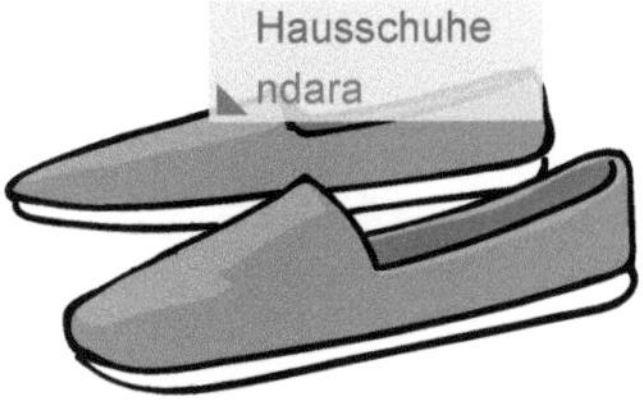

Schal
skafu

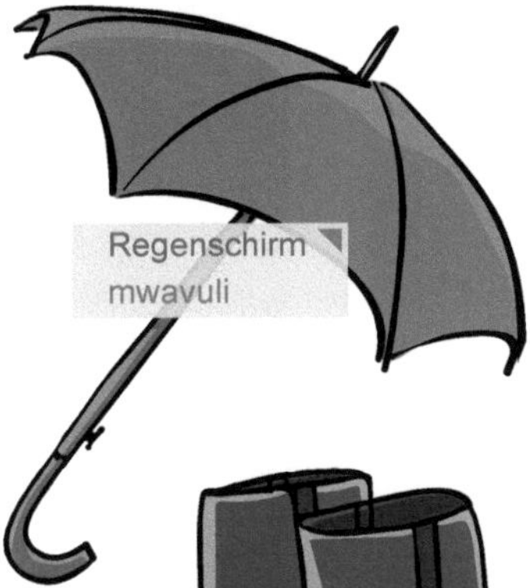

Gürtel
ukanda

Regenschirm
mwavuli

T-Shirt
fulana

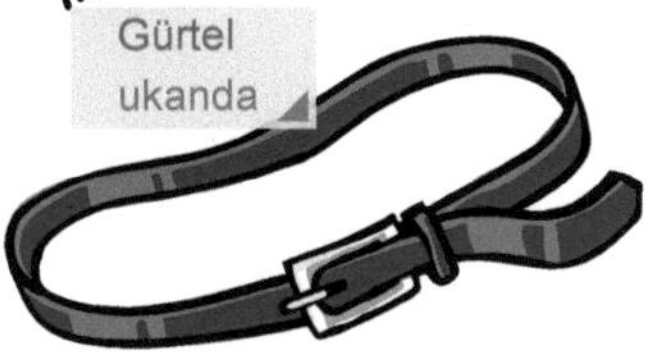

Turnschuhe
wakufunzi

Stiefel
viatu

Hausschuhe
ndara

Sandalen
malapa

Schuhe
viatu

Gummistiefel
mabuti ya mpira

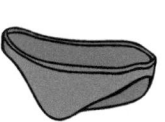

Unterhose
suruali ya ndani

Büstenhalter
sidiria

Unterhemd
fulana

Kleidung - nguo

Body

mwili

Hose

suruali

Jeans

dangirizi

Rock

sketi

Bluse

blauzi

Hemd

shati

Pullover

vuta

Kapuzenpullover

sweta

Blazer

bleza

Jacke

jaketi

Mantel

koti

Regenmantel

koti la mvua

Kostüm

maleba

Kleid

gauni

Hochzeitskleid

mavazi ya harusi

Anzug

suti

Nachthemd

vazi la usiku

Schlafanzug

pajama

Sari

sari

Kopftuch

skafu

Turban

kilemba

Burka

burka

Kaftan

kaftan

Abaya

abaya

Badeanzug

vazi la kuogelea

Badehose

vazi la kiume la kuogelea

Kurze Hose

kaptura

Trainingsanzug

teitei

Schürze

aproni

Handschuhe

glavu

Knopf

kifungo

Brille

glasi

Armband

bangili

Halskette

mkufu

Ring

pete

Ohrring

herini

Mütze

kofia

Kleiderbügel

kiango cha koti

Hut

kofia

Krawatte

tai

Reißverschluss

zipu

Helm

kofia

Hosenträger

kanda za suruali

Schuluniform

sare za shule

Uniform

sare

Lätzchen

bibu

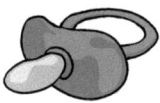

Schnuller

dummy

Windel

nepi

Büro

ofisi

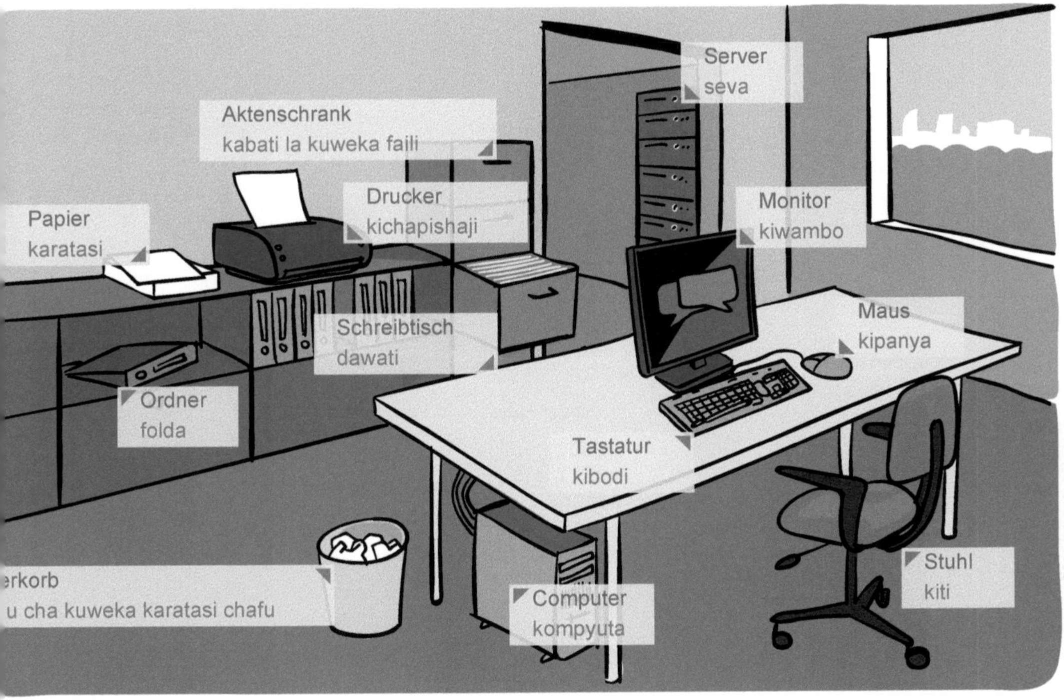

Server
seva

Aktenschrank
kabati la kuweka faili

Drucker
kichapishaji

Monitor
kiwambo

Papier
karatasi

Schreibtisch
dawati

Maus
kipanya

Ordner
folda

Tastatur
kibodi

Stuhl
kiti

erkorb
u cha kuweka karatasi chafu

Computer
kompyuta

Kaffeebecher

kmobe la kahawa

Taschenrechner

kikokotoo

Internet

biashara

Laptop

mbali

Brief

barua

Nachricht

ujumbe

Handy

rununu

Netzwerk

intaneti

Kopierer

fotokopia

Software

programu

Telefon

simu

Steckdose

soketi

Fax

kipepesi

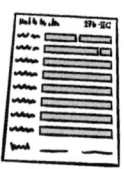

Formular

fomu

Dokument

hati

kaufen

kununua

bezahlen

kulipa

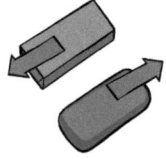

handeln

biashara

Geld

fedha

Dollar

dola

Euro

yuro

Yen

yeni

Rubel

rouble

Franken

faranga ya Uswisi

Renminbi Yuan

renminbi yuan

Rupie

rupia

Geldautomat

eneo la kulipia

Wechselstube

ofisi ya ubadilishanaji

Gold

dhahabu

Silber

fedha

Öl

mafuta

Energie

nishati

Preis

bei

Vertrag

mkataba

Steuer

kodi

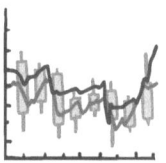

Aktie

bidhaa

arbeiten

kazi

Angestellter

mfanyakazi

Arbeitgeber

mwajiri

Fabrik

kiwanda

Geschäft

duka

Berufe
kazi

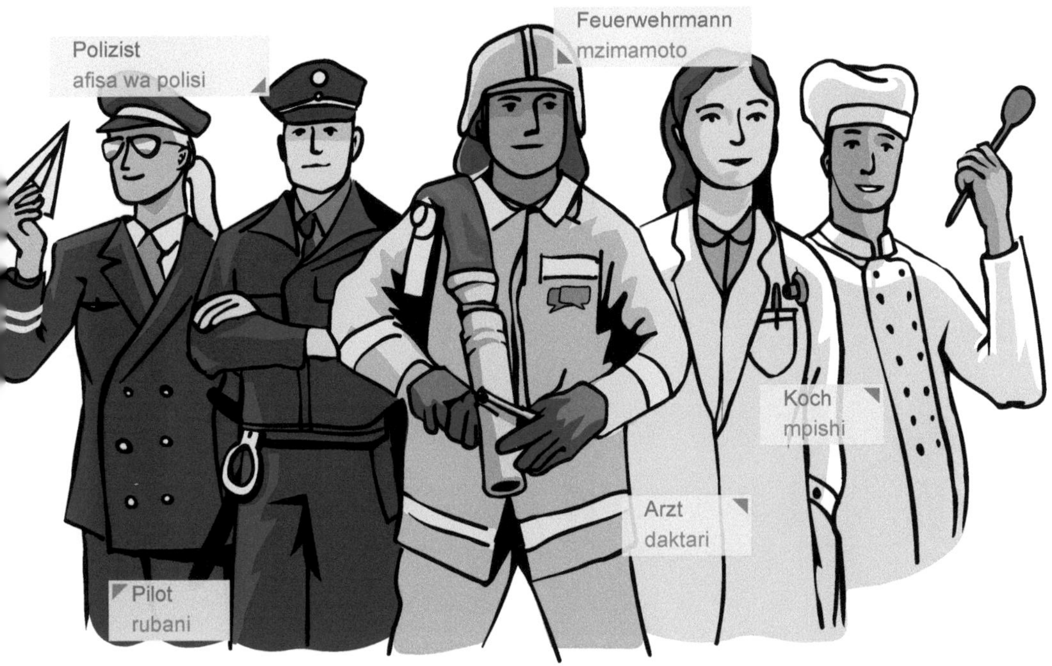

Polizist
afisa wa polisi
Feuerwehrmann
mzimamoto
Koch
mpishi
Arzt
daktari
Pilot
rubani

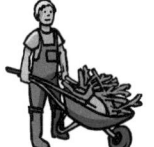

Gärtner

mtunza bustani

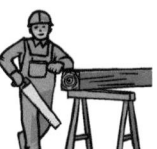

Tischler

seremala

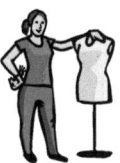

Näherin

mshonaji

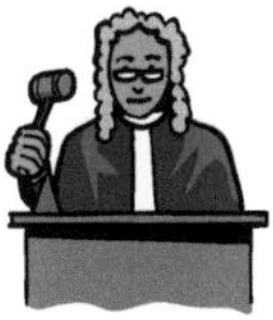

Richter

hakimu

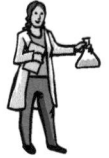

Chemiker

mwanakemia

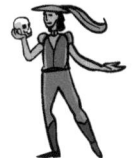

Schauspieler

muigizaji

Busfahrer

dereva wa basi

Taxifahrer

dereva wa teksi

Fischer

mvuvi

Putzfrau

mwanamke wa kusafisha

Dachdecker

mwezekaji

Kellner

mhudumu

Jäger

mwindaji

Maler

mchoraji

Bäcker

mwokaji

Elektriker

umeme

Bauarbeiter

mjenzi

Ingenieur

mhandisi

Schlachter

mchinjaji

Klempner

fundi bomba

Postbote

mwanaposta

Soldat

mwanajeshi

Architekt

msanifu majengo

Kassierer

keshia

Florist

muuza maua

Friseur

msusi

Schaffner

kondakta

Mechaniker

mekanika

Kapitän

nahodha

Zahnarzt

daktari wa meno

Wissenschaftler

mwanasayansi

Rabbi

rabbi

Imam

imamu

Mönch

mtawa

Geistlicher

kasisi

Werkzeuge

zana

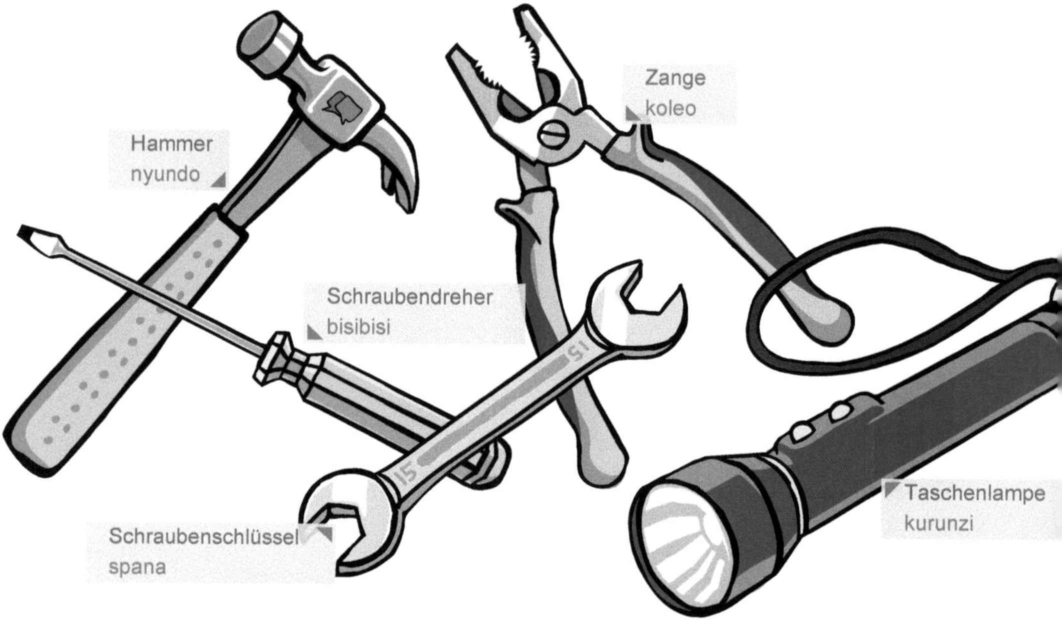
Zange
koleo
Hammer
nyundo
Schraubendreher
bisibisi
Taschenlampe
kurunzi
Schraubenschlüssel
spana

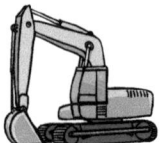

Bagger

mchimbaji

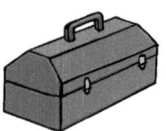

Werkzeugkasten

sanduku la vifaa

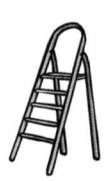

Leiter

ngazi

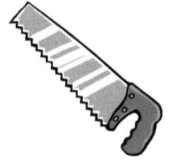

Säge

msumeno

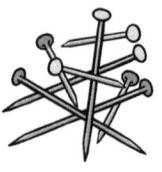

Nägel

misumari

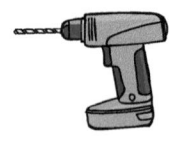

Bohrer

kuchimba visima

reparieren

kukarabati

Schaufel

sepetu

Mist!

Lo!

Kehrblech

kishikio cha uchafu

Farbtopf

chungu cha rangi

Schrauben

skurubu

Musikinstrumente
ala za muziki

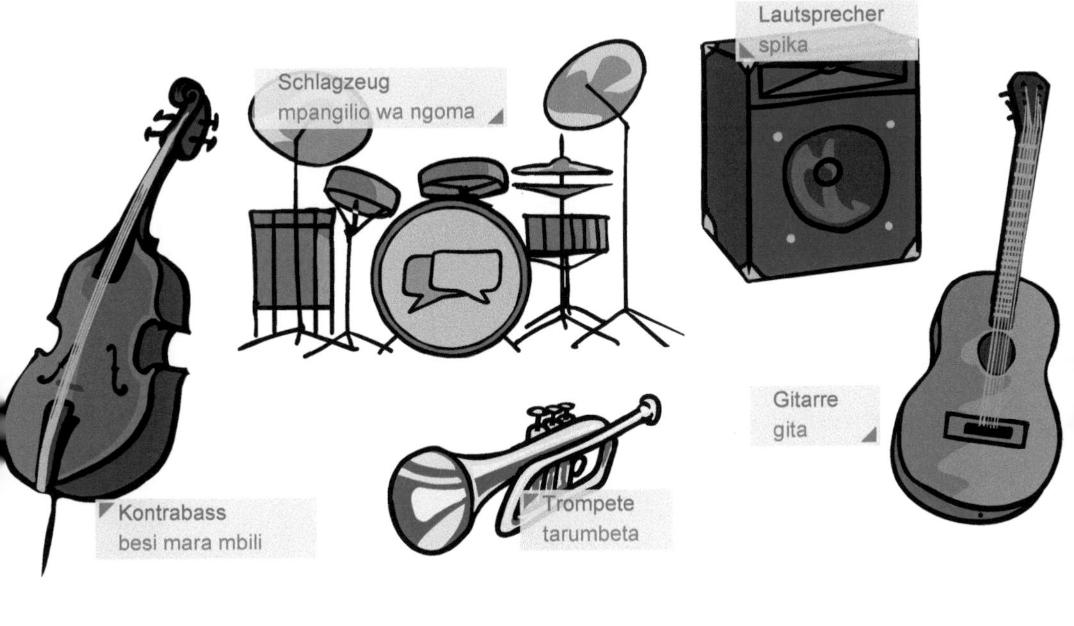

Lautsprecher
spika

Schlagzeug
mpangilio wa ngoma

Gitarre
gita

Kontrabass
besi mara mbili

Trompete
tarumbeta

Klavier

piano

Violine

fidla

Bass

ubeji

Pauke

timpani

Trommeln

ngoma

Keyboard

kibodi

Saxophon

saksafoni

Flöte

filimbi

Mikrofon

maikrofoni

Zoo
bustani ya wanyama

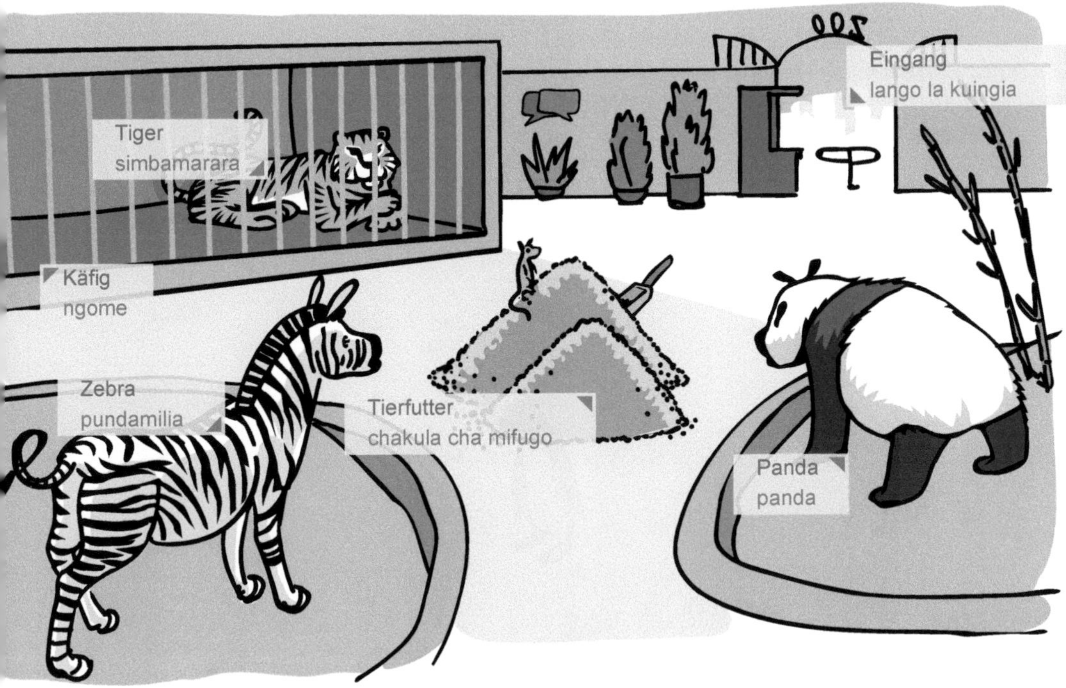
Tiger
simbamarara
Eingang
lango la kuingia
Käfig
ngome
Zebra
pundamilia
Tierfutter
chakula cha mifugo
Panda
panda

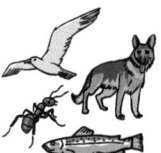

Tiere

wanyama

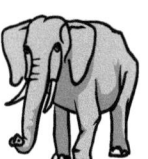

Elefant

tembo

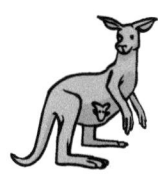

Känguru

kangaruu

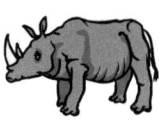

Nashorn

kifaru

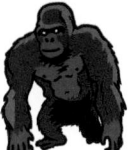

Gorilla

sokwe

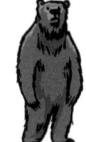

Bär

dubu

Kamel

ngamia

Strauß

mbuni

Löwe

simba

Affe

tumbili

Flamingo

heroe

Papagei

kasuku

Eisbär

dubu

Pinguin

penguini

Hai

papa

Pfau

tausi

Schlange

nyoka

Krokodil

mamba

Zoowärter

mtunza wanyama

Robbe

muhuri

Jaguar

jaguar

Pony

mwanafarasi

Leopard

chui

Nilpferd

kiboko

Giraffe

twiga

Adler

tai

Wildschwein

nguruwe mwitu

Fisch

samaki

Schildkröte

kobe

Walross

sili

Fuchs

mbweha

Gazelle

paa

michezo

American Football
soka ya marekani

Radfahren
uendeshaji baiskeli

Tennis
tenisi

Basketball
mpira wa kikapu

Schwimmen
kuogelea

Eishockey
magongo ya barafuni

Boxen
ndondi

Fußball

soka

Badminton

vinyoya

Leichtathletik

riadha

Handball

mpira wa mikono

Skilaufen

skii

Polo

polo

Aktivitäten
shughuli

springen
kuruka
umarmen
kumbatia
lachen
cheka
gehen
kutembea
singen
kuimba
träumen
ota ndoto
beten
kuomba
küssen
busu

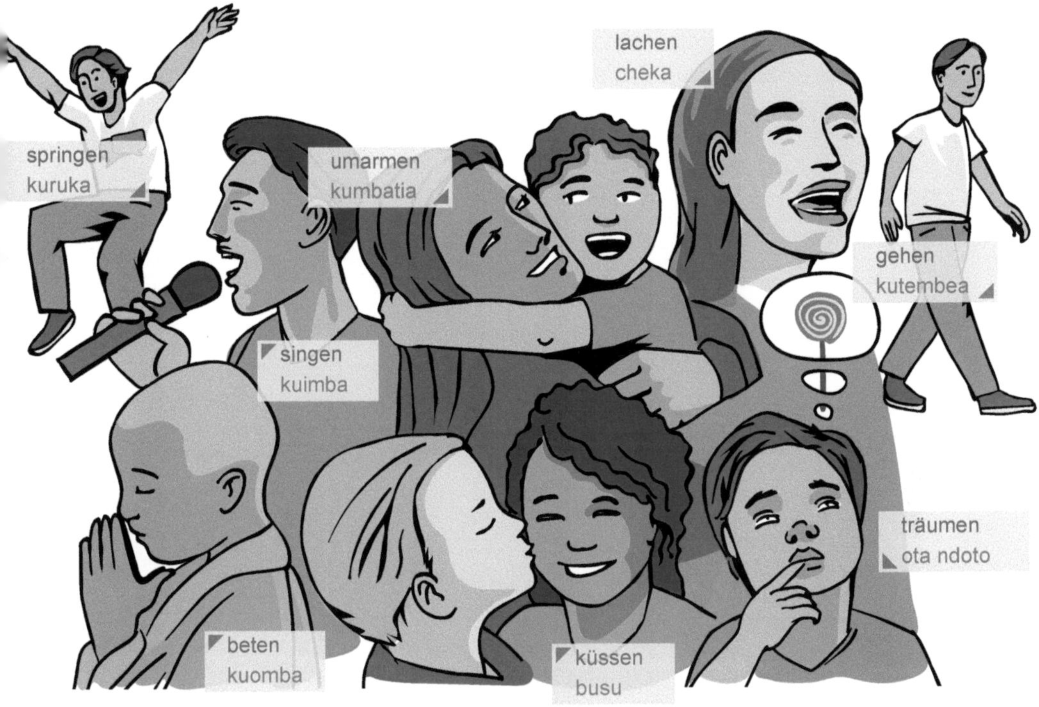

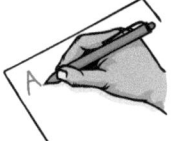

schreiben
kuandika

zeichnen
kuteka

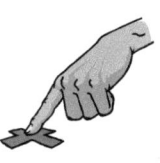

zeigen
angalia

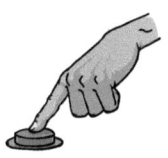

drücken
sukuma

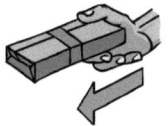

geben
kutoa

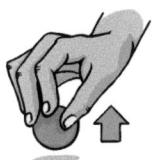

nehmen
kuchukua

haben

kuwa

tun

fanya

sein

kuwa

stehen

kusimama

laufen

kukimbia

ziehen

vuta

werfen

kutupa

fallen

kuanguka

liegen

hadaa

warten

kusubiri

tragen

kubeba

sitzen

kukaa

anziehen

vaa nguo

schlafen

usingizi

aufwachen

kuamka

ansehen

kuangalia

weinen

lia

streicheln

kiharusi

kämmen

chana nywele

reden

ongea

verstehen

kuelewa

fragen

kuuliza

hören

kusikiliza

trinken

kunywa

essen

kula

aufräumen

nadhifisha

lieben

upendo

kochen

mpishi

fahren

gari

fliegen

kuruka

Aktivitäten - shughuli

segeln

meli

rechnen

kokotoa

lesen

kusoma

lernen

kujifunza

arbeiten

kazi

heiraten

kuoa

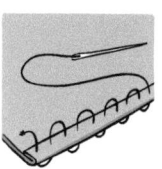

nähen

kushona

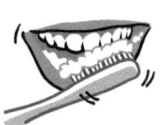

Zähne putzen

piga mswaki

töten

kuua

rauchen

moshi

senden

kutuma

Familie
familia

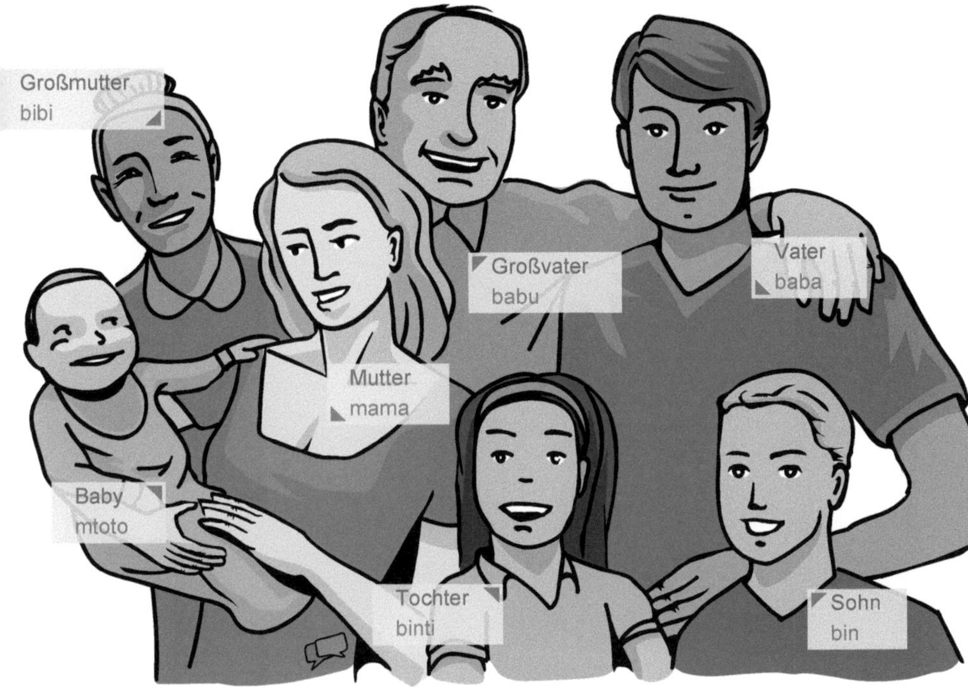
Großmutter
bibi
Großvater
babu
Vater
baba
Mutter
mama
Baby
mtoto
Tochter
binti
Sohn
bin

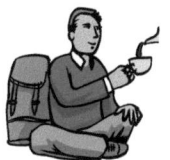

Gast

mgeni

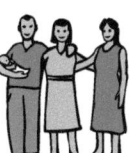

Tante

shangazi

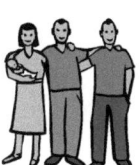

Onkel

mjomba

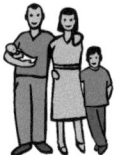

Bruder

kaka

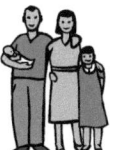

Schwester

dada

Körper

mwili

Stirn
paji la uso
Auge
jicho
Gesicht
uso
Kinn
kidevu
Brust
matiti
Finger
kidole
Hand
mkono
Arm
mkono
Schulter
bega
Bein
mguu

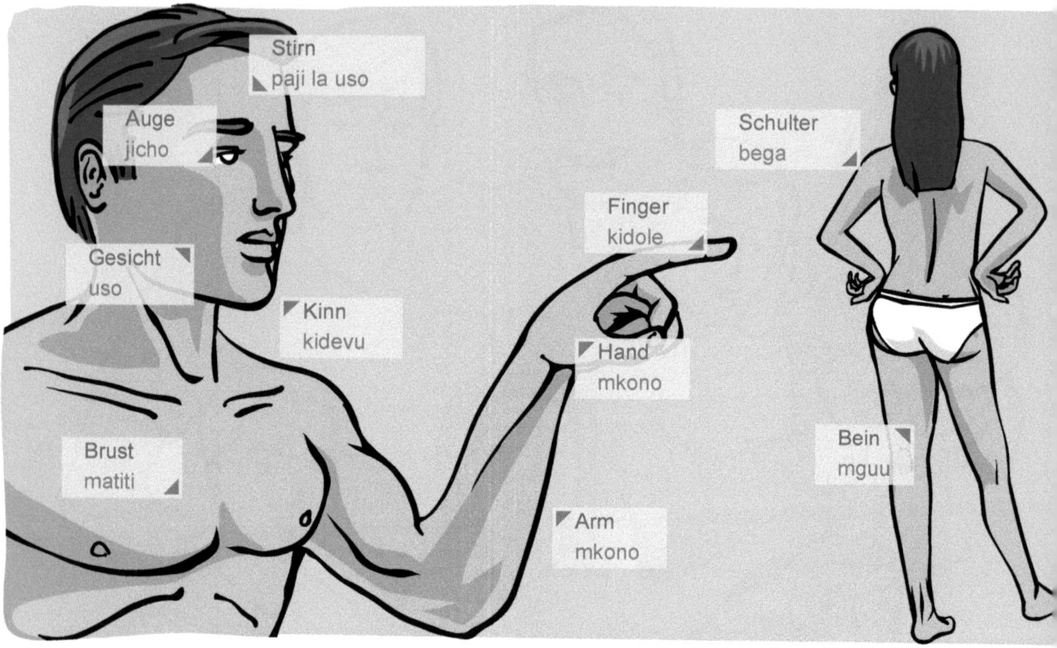

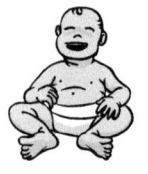

Baby

mtoto

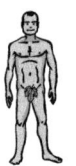

Mann

mwanamume

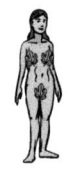

Frau

mwanamke

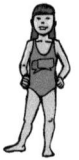

Mädchen

msichana

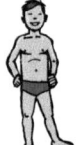

Junge

mvulana

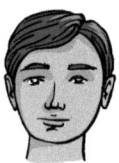

Kopf

kichwa

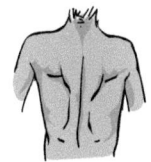

Rücken

nyuma

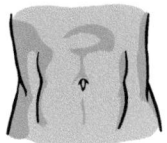

Bauch

tumbo

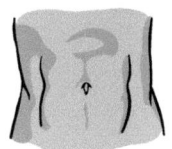

Nabel

kitovu

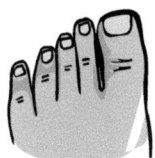

Zeh

chano

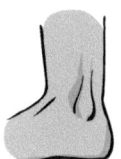

Ferse

kisigino

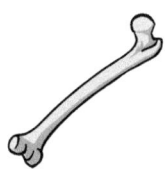

Knochen

mfupa

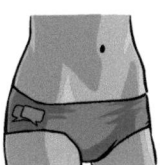

Hüfte

nyonga

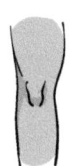

Knie

goti

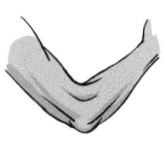

Ellenbogen

kiwiko

Nase

pua

Gesäß

chini

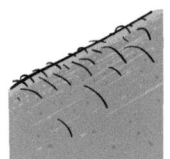

Haut

ngozi

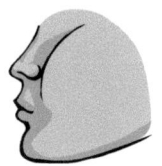

Wange

shavu

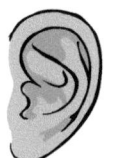

Ohr

sikio

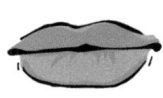

Lippe

mdomo

Mund

kinywa

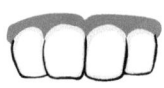

Zahn

jino

Zunge

ulimi

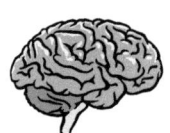

Gehirn

ubongo

Herz

moyo

Muskel

misuli

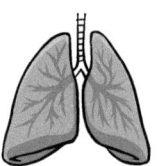

Lunge

pafu

Leber

ini

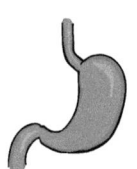

Magen

tumbo

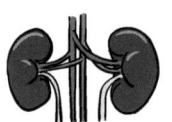

Nieren

figo

Geschlechtsverkehr

jinsia

Kondom

kondomu

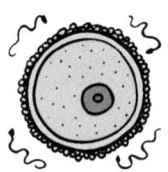

Eizelle

ovari

Sperma

shahawa

Schwangerschaft

mimba

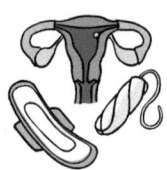

Menstruation

hedhi

Vagina

uke

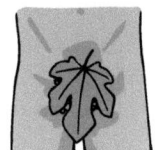

Penis

uume

Augenbraue

unyusi

Haar

nywele

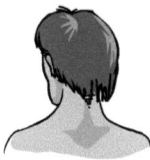

Hals

shingo

Krankenhaus
hospitali

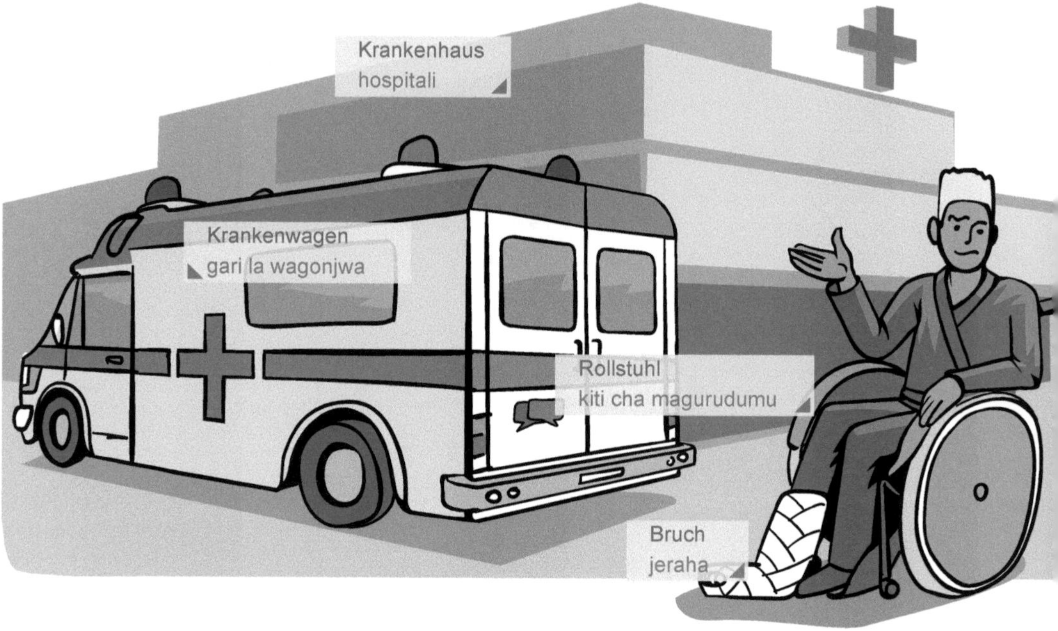

Krankenhaus
hospitali
Krankenwagen
gari la wagonjwa
Rollstuhl
kiti cha magurudumu
Bruch
jeraha

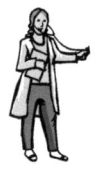

Arzt

daktari

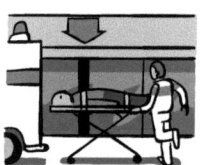

Notaufnahme

chumba cha dharura

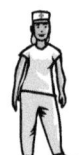

Krankenschwester

muuguzi

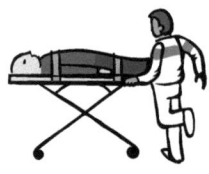

Notfall

dharura

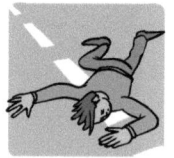

ohnmächtig

kupoteza fahamu

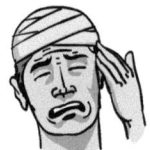

Schmerz

maumivu

Verletzung

kuumia

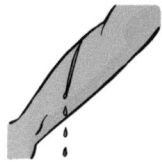

Blutung

kutokwa na damu

Herzinfarkt

mshtuko wa moyo

Schlaganfall

kiharusi

Allergie

mzio

Husten

kikohozi

Fieber

homa

Grippe

mafua

Durchfall

kuharisha

Kopfschmerzen

maumivu ya kichwa

Krebs

kansa

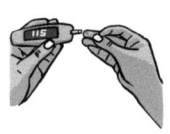

Diabetis

ugonjwa wa kisukari

Chirurg

daktari mpasuaji

Skalpell

kisu kidogo cha kupasulia

Operation

operesheni

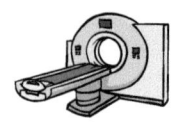

CT

picha changanufu ya mwili

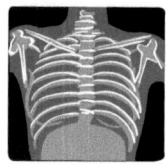

Röntgen

Eksrei

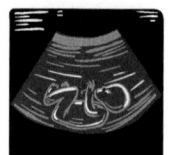

Ultraschall

mawimbi sauti

Maske

barakoa ya uso

Krankheit

ugonjwa

Wartezimmer

chumba cha kusubiri

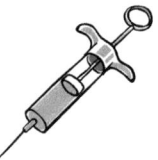

Krücke

mkongojo

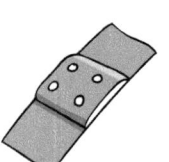

Pflaster

plasta

Verband

bendeji

Injektion

sindano

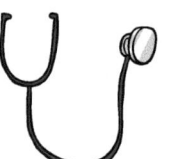

Stethoskop

stetoskopu

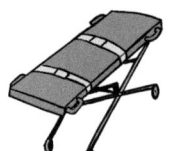

Trage

machela

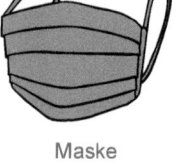

Thermometer

kipimajoto cha kliniki

Geburt

kuzaliwa

Übergewicht

unene kupita kiasi

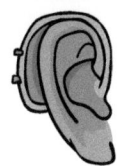

Hörgerät

kusikia misaada

Desinfektionsmittel

kipukusi

Infektion

maambukizi

Virus

virusi

HIV / AIDS

VVU / UKIMWI

Medizin

dawa

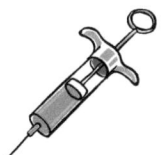

Impfung

chanjo

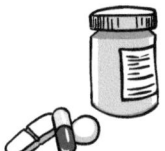

Tabletten

vidonge

Pille

kidonge

Notruf

simu ya dharura

Blutdruck-Messgerät

haemodainamometa

krank / gesund

mgonjwa / mwenye afya

Alarm

kengele

Überfall

pigo

Angriff

shambulizi

Hilfe!

Msaada!

Gefahr

hatari

Notausgang

lango la dharura

Feuer!

Moto!

Feuerlöscher

kizima moto

Unfall

ajali

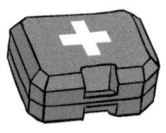

Erste-Hilfe-Koffer

vifaa vya huduma ya kwanza

SOS

wito wa msaada

Polizei

polisi

Europa

Ulaya

Nordamerika

Amerika ya Kaskazini

Südamerika

Amerika ya Kusini

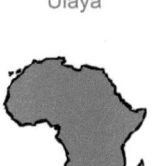

Afrika

Afrika

Asien

Asia

Australien

Australia

Atlantik

Atlantiki

Pazifik

Pasifiki

Indischer Ozean

Bahari ya Hindi

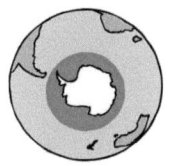

Antarktischer Ozean

Bahari ya Antaktiki

Arktischer Ozean

Bahari ya Aktiki

Nordpol

Ncha ya Kaskazini

Südpol

Ncha ya Kusini

Antarktis

Antaktika

Erde

dunia

Land

nchi

Meer

bahari

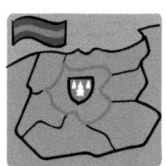

Insel

kisiwa

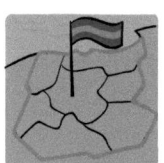

Nation

taifa

Staat

jimbo

Zifferblatt

uso wa saa

Stundenzeiger

akrabu ya saa

Minutenzeiger

akrabu ya dakika

Sekundenzeiger

akrabu ya sekunde

Wie spät ist es?

Ni saa ngapi?

Tag

siku

Zeit

wakati

jetzt

sasa

Digitaluhr

saa ya dijitali

Minute

dakika

Stunde

saa

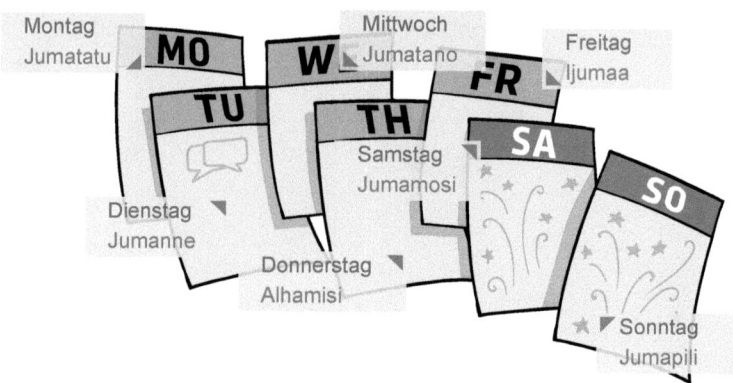

Montag
Jumatatu

Mittwoch
Jumatano

Freitag
Ijumaa

Dienstag
Jumanne

Samstag
Jumamosi

Donnerstag
Alhamisi

Sonntag
Jumapili

gestern

jana

heute

leo

morgen

kesho

Morgen

asubuhi

Mittag

saa sita mchana

Abend

jioni

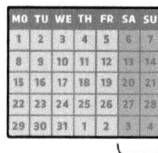

Arbeitstage

siku za biashara

Wochenende

mwishoni mwa wiki

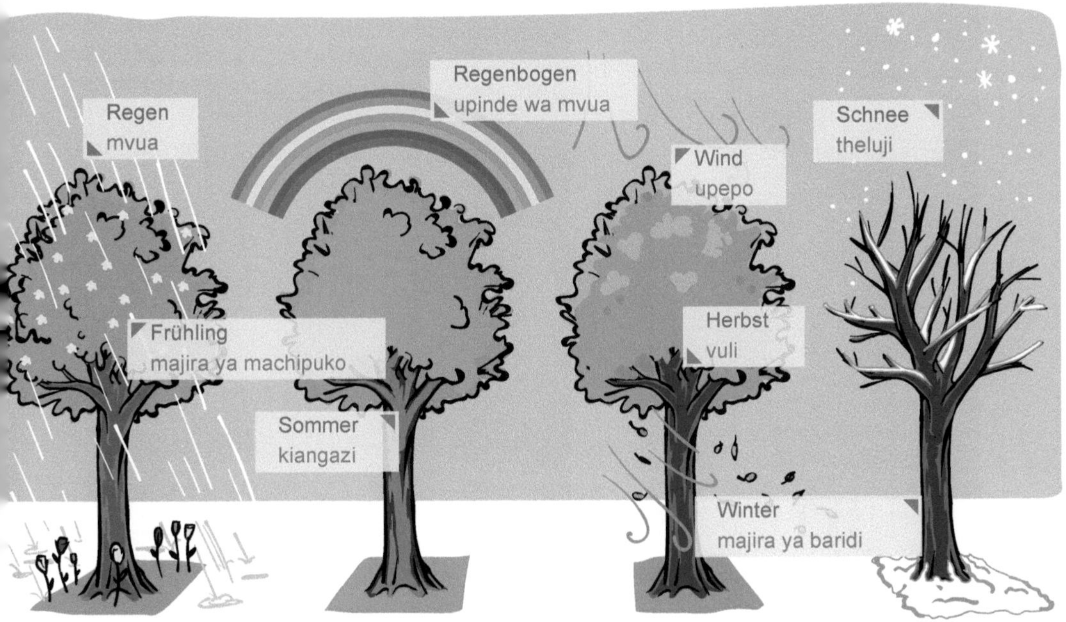

Regen
mvua

Regenbogen
upinde wa mvua

Wind
upepo

Schnee
theluji

Frühling
majira ya machipuko

Herbst
vuli

Sommer
kiangazi

Winter
majira ya baridi

4.APRIL	11°	☀
5.APRIL	4°	☁
6.APRIL	13°	🌧
7.APRIL	8°	☀
8.APRIL	10°	☀

Wettervorhersage
....
utabiri wa hali ya hewa

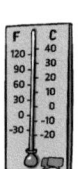

Thermometer
....
kipimajoto

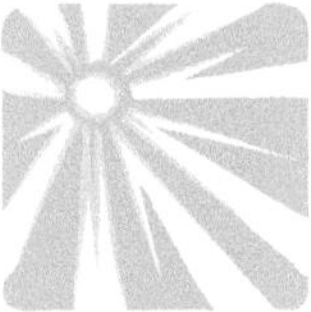

Sonnenschein
....
mwanga wa jua

Wolke
....
wingu

Nebel
....
ukungu

Luftfeuchtigkeit
....
unyevu

Blitz

umeme

Donner

radi

Sturm

dhoruba

Hagel

mvua ya mawe

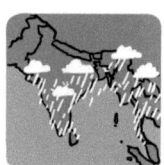

Monsun

monsuni

Flut

mafuriko

Eis

barafu

Januar

Januari

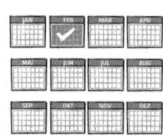

Februar

Februari

März

Machi

April

Aprili

Mai

Mei

Juni

Juni

Juli

Julai

August

Agosti

September
....
Septemba

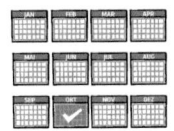

Oktober
....
Oktoba

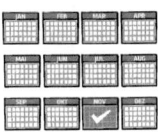

November
....
Novemba

Dezember
....
Desemba

Formen
maumbo

Kreis
....
mduara

Quadrat
....
mraba

Rechteck
....
mstatili

Dreieck
....
pembetatu

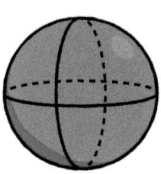

Kugel
....
nyanja

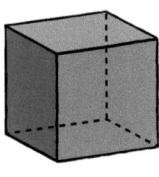

Würfel
....
mchemraba

Farben

rangi

weiß
....
nyeupe

gelb
....
manjano

orange
....
chungwa

pink
....
rangi ya waridi

rot
....
nyekundu

lila
....
hudhurungi

blau
....
bluu

grün
....
kijani

braun
....
hanja

grau
....
jivujivu

schwarz
....
nyeusi

viel / wenig

mengi / kidogo

wütend / friedlich

hasira / pole

hübsch / hässlich

nzuri / mbaya

Anfang / Ende

mwanzo / mwisho

groß / klein

kubwa / ndogo

hell / dunkel

angavu / giza

Bruder / Schwester

kaka / dada

sauber / schmutzig

safi / chafu

vollständig / unvollständig

kamilika / tokamilika

Tag / Nacht

siku / usiku

tot / lebendig

wafu / hai

breit / schmal

pana / nyembamba

genießbar / ungenießbar

kulika / kutolika

böse / freundlich

ovu / ema

aufgeregt / gelangweilt

sisimkwa / udhika

dick / dünn

nene / nyembamba

zuerst / zuletzt

kwanza / mwisho

Freund / Feind

rafiki / adui

voll / leer

jaa / tupu

hart / weich

ngumu / laini

schwer / leicht

nzito / nyepesi

Hunger / Durst

njaa / kiu

krank / gesund

mgonjwa / mwenye afya

illegal / legal

haramu / kisheria

intelligent / dumm

akili / kijinga

links / rechts

kushoto / kulia

nah / fern

karibu / mbali

neu / gebraucht

mpya / kutumika

nichts / etwas

kitu / jambo

alt / jung

zee / changa

an / aus

waka / zima

offen / geschlossen

wazi / fungwa

leise / laut

utulivu / kelele

reich / arm

tajiri / masikini

richtig / falsch

sahihi / kosa

rau / glatt

mbaya / laini

traurig / glücklich

huzunika / furahia

kurz / lang

fupi /ndefu

langsam / schnell

polepole / haraka

nass / trocken

nyevu / kavu

warm / kühl

joto / baridi

Krieg / Frieden

vita / amani

0

null

sufuri

1

eins

moja

2

zwei

mbili

3

drei

tatu

4

vier

nne

5

fünf

tano

6

sechs

sita

7

sieben

saba

8

acht

nane

9

neun

tisa

10

zehn

kumi

11

elf

kumi na moja

12

zwölf
kumi na mbili

13

dreizehn
kumi na tatu

14

vierzehn
kumi na nne

15

fünfzehn
kumi na tano

16

sechzehn
kumi na sita

17

siebzehn
kumi na saba

18

achtzehn
kumi na nane

19

neunzehn
kumi na tisa

20

zwanzig
ishirini

100

hundert
mia

1.000

tausend
elfu

1.000.000

million
milioni

Sprachen

lugha

Englisch
....
Kiingereza

Amerikanisches Englisch
....
Kiingereza cha Marekani

Chinesisch Mandarin
....
Kimandarini cha Uchina

Hindi
....
Kihindi

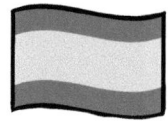

Spanisch
....
Kihispania

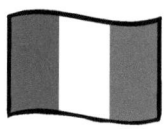

Französisch
....
Kifaransa

Arabisch
....
Kiarabu

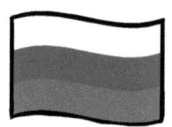

Russisch
....
Kirusi

Portugiesisch
....
Kireno

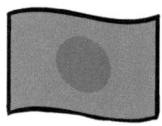

Bengalisch
....
Kibengali

Deutsch
....
Kijerumani

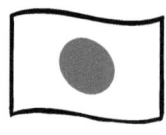

Japanisch
....
Kijapani

ich
mimi

du
wewe

er / sie / es
yeye / yeye / ni

wir
sisi

ihr
wewe

sie
wao

wer?
nani?

was?
nini?

wie?
jinsi gani?

wo?
wapi?

wann?
lini?

Name
jina

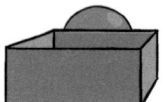

hinter

nyuma

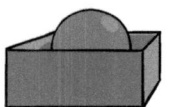

in

katika

vor

mbele ya

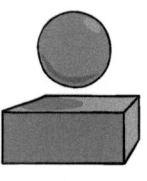

über

juu ya

auf

kwenye

unter

chini ya

neben

kando

zwischen

kati

Ort

mahali